வேத புத்தகம் ஒர் அறிமுகம்

ஸ்டெல்லா ராஜகுமார்

Contents

CONTENTS

Preface

About the book

ஆதியாகமம் முதல் வெளிப்படுத்தின விசேஷம் வரை உள்ள சுருக்கம், முக்கிய பகுதி, முக்கிய வசனம் இந்த புத்தகத்தில் இடம் பெற்றுள்ளது.

பரிசுத்த வேதாகமம் (word of God) பரிசுத்த ஆவியானவரால் எழுதப்பட்டது. பாவம் செய்த மனிதனின் குற்ற உணர்வுகளை மாற்றி தேவனுடைய நீதியினால் நீதிமான் ஆக்கப்பட கர்த்தருடைய வார்த்தை உதவுகிறது. கர்த்தருடைய வார்த்தை ஆவியாயும் ஜீவனாயும் இருக்கிறது. நம்மை பரிசுத்தமாக வாழ வைக்கவும் குமாரனின் சாயலாக நம்மை மாற்றவும், பரலோகில் நம்மை சேர்க்கும் வரைக்கும் வழுவாது காத்து, பாதைக்கு வெளிச்சமாக நமக்கு இருப்பது வேத புத்தகம்.

66 புத்தகங்களும் பரிசுத்த ஆவியானவரால் எழுதப்பட்டது.

ஆதியாகமம்

முதல் மனிதன் கீழ்ப்படியாமையினால் பாவம் செய்து தேவனுடன் உள்ள உறவினை இழந்தான். அப்படி கீழ்ப்படியாமையினால் பாவம் செய்த நம்மை மீட்க வந்தார் இயேசு கிறிஸ்து. அவரது இரத்தத்தினாலே நாம் குற்ற மனசாட்சி நீங்கி சுத்த மனசாட்சியை பெறுகிறோம்.

பாவம் செய்யும் போது தேவனுடைய கோபம், நியாயத்தீர்ப்பு நமக்கு உண்டு. நோவா காலத்தில் பாவம் செய்த மக்களை தேவன் அழித்தார். தேவ பயம் நமக்கு அவசியம். யோசேப்பு தேவனுக்கு பயந்து பாவத்தை விட்டு விலகினார் எனவே எகிப்து தேசத்தில் அதிபதியாக உயர்த்தப்பட்டார்.

யாத்திராகமம்

இஸ்ரவேல் ஜனங்களை எகிப்தில் பார்வோன் இராஜா ஒடுக்கி வைத்திருந்தார். மோசே என்ற தலைவன் மூலம் அவர்களை மீட்டு கானானுக்குள் நடத்தின நிகழ்வுகள் யாத்திராகமம் முதல் யோசுவா வரை இடம் பெற்றுள்ளது.

செங்கடலை மோசே மூலம் இஸ்ரவேலர் கடந்த அற்புதமான நிகழ்வுகள் யாத்திராகமம்14ல் உள்ளது. மேக ஸ்தம்பம் மூலம் பகலிலும், அக்கினி ஸ்தம்பம் மூலம் இரவிலும் இஸ்ரவேலர் நடத்தப்பட்டனர் வானத்து மன்னாவால் கன்மலை தண்ணீரால் போஷிக்கப்பட்டனர். காடைகளை கொண்டு போஷித்தார். 10கற்பனைகளை கர்த்தர் கொடுத்தார் அது யாத்திராகமம்20ல் உள்ளது.

லேவியராகமம்

இரத்தம் சிந்துதல் இல்லாமல் பாவமன்னிப்பு இல்லை என்பதனை பலவித பலிகள் மூலம் விளக்கப்பட்டுள்ளது.

உபாகமம்

தேவனுக்கு கீழ்படிகிறவர்களுக்கான ஆசிர்வாதங்கள் உபாகமம்28;1 முதல்14வரை உள்ளது கர்ப்பத்தின் கனி ஆசிர்வாதம், பணிகளில் ஆசிர்வாதம் என்று அத்தனை ஆசிர்வாதங்களும் அடங்கியுள்ளன. கர்த்தருக்கு கீழ்படிந்து நடக்கும் நமக்கு அத்தனை ஆசிர்வாதமும் உண்டு

கீழ்படிந்து கர்த்தருக்கு பயந்த இஸ்ரவேலர் மட்டுமே கானானுக்குள் சென்றனர். யுத்தம் ஓய்ந்து தேசம் அமைதலானது. இஸ்ரவேலருக்கு கர்த்தர் சொன்ன எல்லா நல்ல வார்த்தைகளும் நிறைவேறியது யோசுவா 23:14.

சங்கீதம் 78 மற்றும் சங்கீதம் 106 ல் இஸ்ரவேல் ஜனங்களின் சரித்திரம் இடம் பெற்றுள்ளது.

நியாதிபதிகள்

மக்கள் பாவ வழிகளில் நடந்ததினால் கர்த்தர் நியாதிபதிகளை எழுப்பினார்.

அதில் கிதியோன், யெப்தா, சிம்சோன் போன்றவர்கள் குறிப்பிடத்தக்கவர்கள்.

ரூத் ஒரு சரித்திர புத்தகம்.

கர்த்தர் தீர்க்கதரிசிகள் மூலம் மக்களை சீர்படுத்தி நடத்தினார் சாமுவேல் ஒரு தீர்க்கதரிசி.

இராஜாக்கள்

சவுல் இராஜா, தாவீது, சாலமோன் போன்றவர்கள் அரசாட்சி செய்தனர்.

ஆகாப் இராஜா பாகாலை சேவித்து பாவ காரியங்களை செய்தார், பாவ வழிகளில் நடந்த இராஜாக்கள் காலத்தில் மக்களும் பாவ வழிகளை பின் பற்றினர்.

நாளாகம புத்தகத்தில் தாவீது இராஜா, சாலமோன் இருவரின் அரசாட்சியை குறித்து கூறப்பட்டுள்ளது.

எஸ்ரா

எஸ்ரா தலைமையில் பாபிலோனில் சிறைப்பட்ட மக்கள் திரும்ப நாடு திரும்பினர்.

நெகேமியா

கோரேஸ் இராஜா மூலம் நெநேமியா இடிக்கப்பட்ட எருசலேம் அலங்கத்தைக் கட்டினார்.

எஸ்தர் புத்தகம் ஒரு சரித்திர புத்தகம்.

யோபு

சாத்தானால் ஒடுக்கப்பட்ட யோபுவை கர்த்தர் இறுதியில் இரண்டு மடங்கு ஆசிர்வதித்தார்.

நீதிமொழிகள்

மனிதவாழ்விற்கு நல்வழிகாட்டும் புத்தகமாகும்.

பிரசங்கி

தன் புத்தகக முடிவில் தேவனுக்கு பயந்து அவருக்கு கீழ்ப்படிவதே மனிதர் மேல் விழுந்த கடமை என்று கூறியுள்ளார்.

உன்னத பாட்டு

தேவனுக்கும் மனிதனுக்கும் உள்ள உறவினை விளக்குகிறது.

ஏசாயா முதல் மல்கியா வரை உள்ள தீர்க்கதரிசிகள் மக்களை சீர்படுத்தும் எச்சரிப்பின் தீர்க்கதரிசன வார்த்தைகளை விவரித்துள்ளனர்.

புதிய ஏற்பாடு

மத்தேயு, முதல் யோவான் வரை இயேசுவுடைய சீடர்கள் இயேசு கிறிஸ்துவின் வாழ்க்கையை விவரித்துள்ளனர். யோவான் என்ற சீடருக்கு இயேசு வெளிப்படுத்திய காரியங்கள் வெளிப்படுத்தின விசேஷத்தில் இடம் பெற்றுள்ளது.

பவுல் எழுதின நிருபங்கள்(13ஆகும்)

ரோமர்,1கொரிந்தியர், 2கொரிந்தியர், கலாத்தியர், எபேசியர், பிலிப்பியர்,கொலோசேயர், 1தெசலோனிக்கேயர், 2 தெசலோனிக்கேயர்,1தீமோத்தேயு,2தீமோத்தேயு,தீத்து, பிலேமோன் ஆகும்.

பவுல் அப்போஸ்தலன் இயேசு கிறிஸ்துவை எதிர்த்தவர் பின்னர் அவருக்கு இயேசு கிறிஸ்து காட்சி கொடுக்கிறார். ஆண்டவரால் ஆட்கொள்ளப்பட்ட பவுல் எழுதின அத்தனை நிருபங்களும் நம்மை கிறிஸ்துவுக்குள் ஆழமாக நடத்தக்கூடிய நிருபங்களாகும். அவர் கிருபை விசுவாசம் மூலம் எவ்வாறு நீதிமான் ஆக முடியும் என்பதனை ரோமர் மூலம் விளக்குகிறார். ரோமர் 5:9

யாக்கோபு நிருபம் இயேசுவின் சகோதரர் எழுதியது. விசுவாசிக்கிற நம்மிடம் நற்கிரியைகள் இல்லாவிட்டால் நாம் ஒன்றுமில்லை என்பதனை கூறுகிறார்.

வேதத்தை நம் மூளை அறிவினால் விளங்கிக்கொள்ள முடியாது பரிசுத்த ஆவியானவர் மூலமே விளங்கிக்கொள்ள முடியும்.

இருதயத்தில் வேத வார்த்தைகளை பதித்து வார்த்தையின் படி நடக்கும்போது அவர் நம்மை வழுவாமல் காப்பார் அவரது வார்த்தை மூலம் கிடைக்கும் வாக்குத்தத்தம் வெறுமையாய் திரும்பாது. ஏசா 55:11.

Author name: Stella Rajakumar (ஸ்டெல்லா ராஜகுமார்)

Date :1-8-24

Introduction

வேதம்

என்னை எனக்குக் காட்டி என் நிலையைக் காட்டி என் குறைகளை அகற்ற உதவி செய்தி பரலோக பாதையை காட்டுவது வேத புத்தகம்.

எபேசியர் 6:14-18 பிசாசின் கிரியைகளை மேற் கொள்ள நமக்கு கொடுக்கப்பட்டுள்ள போராயுதம் சர்வாயுத வர்க்கம்.

தம்மையே நமக்கான பாவ பரிகார பலியாக சிலுவையில் தந்து மூன்றாம் நாளில் உயிர்த்தெழுந்து பரலோகில் இருக்கும் நம் பரம தகப்பன் இயேசு கிறிஸ்துவை குறித்தும், அவரது அன்பின் செய்திகளை குறித்தும், வேதாகமம் நமக்கு கூறுகிறது.

பாவத்தை விட்டு மனம் திரும்பி, பரிசுத்த வாழ்வு வாழ போதிக்கும் புத்தகமாகும். நமது ஆத்துமாவை உயிர்ப்பிக்கிறது. நமது உபத்திரவ நேரங்களில், அவரது வசனமே நமக்கு உறுதியளித்து நடத்துகிறது.

பேதைகளுக்கு ஞானமாக இருக்கிறது. கள்ளம் கபடு அகற்றும், கடிந்து கொண்டு நமது பாவ கறைகளை போக்கி நம் பாவ வழியை விட்டு அகற்றும் வல்லமையுள்ளது.

பாதை தெரியாமல் தியங்கும் நேரம் பாதைக்கு வெளிச்சமாக இருப்பது சத்திய வேதம். சத்துரு போராட்டத்தில் சர்வாயுதமாக தினமும் நமக்கு இருப்பது வேதமே ஆகும். அவரது வசனம் ஆவியாயும் ஜீவனுமாயும் இருக்கிறது யோவான் 6:63.

தேவனுடைய வார்த்தையினாலே தான் பிழைக்க முடியும்.

நமது நினைவு, யோசனை, நோக்கம் எல்லாவற்றையும் சீர்படுத்துவது அவரது வார்த்தை. பரலோக பாதை காட்டும் ஒரே புத்தகம் வேத புத்தகமே. காரீருள் போன்ற நேரத்திலும், அவரது வார்த்தை ஜீவனும் வல்லமையும் உள்ளதாக இருக்கிறது.

தினமும் அவர் வார்த்தையை தியானித்து அதில் நிலைத்திருந்தால் கனி நிறைந்த தூய வாழ்வு வாழ முடியும்.

இரவும் பகலும் அவருடைய வேதத்தை தியானிக்கிற மனுஷன் நீரூற்று அருகே உள்ள மரத்தைப் போல பழுதில்லாத தூய வாழ்வுடன் கனி நிறைந்த வாழ்வு வாழ்வான், மேலும், அநேகருக்கு பயனுள்ளவனாய் இருப்பான் அவன் செய்வது எல்லாம் வாய்க்கும்.

வேத புத்தகம்: பைபிளில் 66 புத்தகங்கள் 1500 ஆண்டுகளில், 40 வெவ்வேறு ஆசிரியர்களால் எழுதப்பட்டது.

66 books பரிசுத்த ஆவியின் நடத்துதலால் எழுதப்பட்டது.

தேவன் உலகை படைத்தார், மனிதனை படைத்தார்.மனிதன் பாவம் செய்து விழுந்து விட்டான்.தேவ சாயலில் படைக்கப்பட்ட மனிதன் பாவத்தினால் தேவனுடன் உள்ள உறவினை இழந்து விட்டான். தேவனுடன் உள்ள உறவு துண்டிக்கப்பட்டது.மீண்டும் தேவ உறவினை ஏற்படுத்தவும் பாவத்தினால் ஆவியில் ஏற்பட்ட மரணத்திலிருந்து உயிர்ப்பிக்கவும் இயேசு கிறிஸ்து பரலோகிலிருந்து பரலோக மகிமையை விட்டு இறங்கி வந்து சிலுவையில் தன் சொந்த இரத்தத்தை சிந்தி நமக்கு கிடைக்க வேண்டிய ஆக்கினையை தன் சொந்த சரீரத்தில் ஏற்றுக்கொண்டு அவரது நீதியினால் நம்மை நீதிமான்கள் ஆக்கி இருக்கிறார்.

அவரது மீட்பின் செய்தியை நமக்கு வேதாகமம் விளக்கி கூறுகிறது.

அவரது இரட்சிப்பு இலவசம்.நமது பாவ சாபத்தை சிலுவையில் ஏற்றுக்கொண்டார்.நமக்கு ஆக்கினை தீர்ப்பு இல்லை நாம் அவரது நீதியினால் நீதிமான்கள்.இதனை விசுவாசத்தினால் ஏற்றுக்கொள்ள வேண்டும்.தொடர்ந்து கனியுள்ள வாழ்வு வாழ அவரில் நிலைத்திருக்க வேண்டும்.இரட்சிப்பு நிறைவேற பிரயாசப்பட வேண்டும்.

ஆட்டுக்குட்டியின் இரத்தத்தினாலும் தங்கள் சாட்சியின் வசனத்தினாலும் அவனை ஜெயித்தார்கள். வெளிப்படுத்தின விசேஷம் 12:11

'முழு உலகத்திற்கும் இரட்சிப்பைக் கொண்டுவருவதற்கான கடவுளின் விருப்பத்தை கடவுள் வெளிப்படுத்துகிறார்'.

மனிதகுலத்திற்கான கடவுளின் மீட்பு திட்டத்தை வெளிப்படுத்துகிறது.கிறிஸ்தவ நம்பிக்கையின் அடிப்படை பகுதி வேத புத்தகம்.

கடவுள் நமக்கு எழுதிய வார்த்தை, நம் வாழ்க்கையை மாற்றுவதற்கு பைபிள் மிகவும் சக்திவாய்ந்தது ஆகும்.

ஆனால் சில கிறிஸ்தவர்கள், பைபிளின் சிக்கலான தன்மை என்று நினைத்து, அதை தாங்களாகவே படிப்பதைத் தவிர்க்கிறார்கள். அதைப் படிப்பவர்கள் சிலர் இதயங்களையும், அவர்களின் மனதையும் ஈடுபடுத்தத் தவறி அடிக்கடி படிப்பதை வழக்கமான சடங்குகள் போன்று அதை அப்படி செய்கிறார்கள்.

கடவுள் உடன்படிக்கையில் நுழைந்தார்.கடவுள் நம்முடன் தனிப்பட்ட உறவில் தெய்வீக இருப்பை வெளிப்படுத்துகிறார். தேவன் நம்மோடு கொண்டுள்ள இந்த உறவு உடன்படிக்கை என்று அழைக்கப்படுகிறது. கடவுள் தொடங்கிய இந்த தொடர் உறவு. மக்கள் பல நூற்றாண்டுகளுக்கு முன்பும் அவர்கள் அதை உணர்ந்தனர், இப்போதும் நம் சொந்த வாழ்வில் பொருத்தமானது.

இந்த உடன்படிக்கை உறவு இருவழி பாதை.கடவுள் வெளிப்படுத்துகிறார், கடவுளின் மக்கள் பதிலளிக்கிறார்கள்.

எபிரேய மக்களுடன் உடன்படிக்கையில் நுழைந்து தம்முடைய இருப்பை அவர்களுக்கு வெளிப்படுத்தினார்.கடவுள் அன்பின் இலவசச் செயலால் அவர்களைத் தம் சொந்த மக்களாகத் தேர்ந்தெடுத்தார், அவர்கள் உடன்படிக்கையின் மூலம் விசுவாசத்துடனும் அன்புடனும் பதிலளித்து,அவருடைய மக்களுக்கு ஆசீர்வாதங்களை வாக்களித்தார்.

கடவுள். ஒரு குறிப்பிட்ட மக்களுக்கு தன்னை வெளிப்படுத்த நெருங்கி. உடன்படிக்கையின் மூலம் ஒரே உண்மையான வாழும் கடவுளாக, கடவுளால் தேர்ந்தெடுக்கப்பட்ட மக்கள், இஸ்ரவேலின் தீர்க்கதரிசிகள், ராஜாக்கள் மற்றும் ஆசாரியர்கள் மூலம், அவர்களின் வரலாற்றின் மூலம் படைப்பிற்கான அனைத்து கடவுளின்

சித்தத்தையும் மீட்டு பரிசுத்தப்படுத்துவதற்கான வாக்குறுதிகளை கடவுள் படிப்படியாக வெளிப்படுத்தினார்.

கடவுளின் மீட்பு திட்டம்,பழைய ஏற்பாட்டில் வெளிப்படுத்தப்பட்டு, புதிய ஏற்பாட்டில் முழுமையடைகிறது, இந்த வழியில் முழு பைபிளும் இயேசு கிறிஸ்துவில் முழுமைக்கான, கடவுளின் முழுமையான மீட்பு விருப்பத்தை நிரூபிக்கிறது. யோவான் 1:14.

நாம் பாவம், சாபத்திலிருந்து விடுதலையாக்கப்பட்டு வாழ பாதைக்கு தீபமான புத்தகம். கடிந்து கொண்டு, நம்மை சீர்படுத்தி, நெறிப்படுத்த வழிகாட்டும் புத்தகம். நம்முடைய நினைவு, யோசனைகளை சீர்படுத்தவும் நமது Motives, attitudes ஐ சரி செய்யவும், வழிகாட்டும் புத்தகம்.வாழ்வின் பல்வேறு பிரச்சினைகளுக்கும், கேள்விகளுக்கும் பதில் தரும் உன்னத புத்தகம்.பரலோகிற்கு வழிநடத்தும், ஒரே மகத்தான புத்தகம் துன்ப துயரத்தில் நம்மை தேற்றும் வார்த்தைகள் நிறைந்தது சத்திய வேதம்.

கள்ளம் கபடு அகற்றும், நமக்கு மனதில் உறுதியளிக்கும் வல்லமையுள்ளது. கறைகள் போக்க கூடியது. வானம், பூமி ஒழிந்தாலும் வேத வசனம் நிலைத்திருக்கும்.

நம்முடைய குறைகளை நமக்கு காட்டி நம்மை சுத்தமாக்கி, மனசாட்சியை சுத்திகரிக்கும் வல்லமையுள்ளது. வேத வாக்கியங்கள் எல்லாம் தேவ ஆவியினாலே அருளப்பட்டிருக்கிறது. தேவனுடைய மனுஷன் தேறினவனாகவும், எந்த நற்கிரியையும் செய்ய தகுதியுள்ளவனாகவும் இருக்கும்படிக்கு அவைகள் உபதேசத்துக்கும், கடிந்து கொள்ளுதலுக்கும் சீர்திருத்தங்களுக்கும் நீதியை படிப்பிக்குதலுக்கும் பிரயோஜனமுள்ளது. 2தீமோ 2:16, 17.

தேவனுடைய வார்த்தையானது ஜீவனும் வல்லமையும் உள்ளதாயும், இருபுறமும் கருக்குள்ள எந்த பட்டயத்திலும் கருக்கானதாயும் ஆத்துமாவையும், ஆவியையும், கணுக்களையும், ஊனையும், பிரிக்கத்தக்கதாக உருவ குத்துகிறதாகவும், இருதயத்தின்

நினைவுகளையும், யோசனைகளையும் வகையறுக்கிறதாயும் இருக்கிறது. எபிரேயர் 5:12.

மற்ற புத்தகங்களை வாசிப்பது போல் வாசிக்கக் கூடாது. தேவனுடைய வாயிலிருந்து புறப்படுகிற வார்த்தையை தினமும் வாசிக்கும் போது அன்றன்று வெளிப்பாடு கிடைக்கும் வரை வாசிக்க வேண்டும். அவசர அவசரமாக வாசிக்கக் கூடாது. அந்த வார்த்தை அந்த நாளுக்கான வாக்குத்தத்தமாக இருக்கும். அன்றைய நாள் சவாலை சந்திக்கும் வார்த்தையாக இருக்கும், பாதைக்கு தீபமான வல்லமையுள்ள வார்த்தையாக இருக்கும். வேதத்தை தியானிக்கும் நபர்கள் சங்கீ 1:1,2 ல் கூறியபடி நீரூற்று அருகே நாட்டப்பட்ட மரம் போல கனி நிறைந்த வாழ்வு வாழ்பவர்களாக பிறருக்கு ஆசீர்வாதமானவர்களாக திட்டமாக இருப்பார்கள். பல நேரம் தேவ வார்த்தை எச்சரிப்பாக அமையும் இந்த காரியத்தை செய்யாதே, இது பாவம் என்று நமக்கு உணர்வினை தந்து எச்சரிப்பு தரும். முறையாக கிரமமாக படிக்க வேண்டும். நம்முடைய மூளை அறிவினை சார்ந்து வாசிக்கக் கூடாது. பரிசுத்த ஆவியானவரை சார்ந்து படிக்க வேண்டும். வேதத்தை வாசித்து வார்த்தைக்கு கீழ்ப்படிகிறவர்களாக இருக்க வேண்டும்.

திருவசனத்தை கேட்கிறவர்களாக மட்டுமில்லாமல் அதின்படி செய்கிறவர்களாகவும் இருங்கள் .யாக்கோபு 1:22.

வேத வசனத்தை தியானிப்பது இந்த உலக வாழ்விற்கும் விண்ணுலக வாழ்விற்கும் பயனுள்ளதாகும். தேவ பக்தியானது இந்த ஜீவனுக்கும், இதற்கு பின் வரும் ஜீவனுக்கும் வாக்குத்தத்தமுள்ளதாகையால் எல்லாவற்றிலும் பிரயோஜனமுள்ளது. 1 தீமோ 4:8.

முதல் மனிதன் ஆதாம் பாவம் செய்து மீறுதல் செய்ததினால் இந்த உலகத்தில் அனைவருக்கும் பாவ சுபாவம் உண்டு. பாவத்திலிருந்து மீட்டு, இருளின் இராஜ்ஜியத்திலிருந்து மீட்டு ஒளியின் இராஜ்ஜியத்திற்குள் வரவழைப்பதற்காக, இவ்வுலகிற்கு பரலோகில் இருந்து, தேவகுமாரன் பூமிக்கு வந்து, சிலுவையில் அடிக்கப்பட்டு, இரத்தம் சிந்தி அவரது தூய

இரத்தத்தினால் நம் பாவங்களை கழுவி நீதிமான்கள் ஆக்கினார்,என்கிற அன்பின் செய்தியை வேதாகமத்தின் மூலம் காணலாம்.

முதல் ஐந்து புத்தகங்களும் மோசே எழுதியுள்ளார். தேவன் தம்முடைய மக்களாகிய இஸ்ரவேலருக்கு கட்டளையிட்ட நியாயப்பிரமாணங்களும், சமூக பிரமாணங்களும் சட்ட திட்டங்களும், வழிபாட்டு முறைகளும் எழுதப்பட்டிருக்கின்றன. எதெல்லாம் பாவம், எதையெல்லாம் செய்யக் கூடாது என்றும், ஆண்டவருடைய சத்தத்தை கேட்டு அவருக்கு கீழ்ப்படியும் போது ஆசிர்வாதமும், கீழ்ப்படியாமைக்கு சாபமும் உண்டு என்பதனை கூறுகிறது. ஆதியாகமம் முதல் எஸ்தர் புத்தகம் வரை உள்ள புத்தகங்கள் சரித்திர புத்தகங்கள் ஆகும்.

OLD TESTAMENT - 39 BOOKS

PENTATEUCH - 5	HISTORICAL BOOKS - 12	POETRY & WISDOM - 5	MINOR PROPHETS - 12
GENESIS	JOSHUA	JOB	HOSEA
EXODUS	JUDGES	PSALMS	JOEL
LEVITICUS	RUTH	PROVERBS	AMOS
NUMBERS	1 SAMUEL	ECCLESIASTES	OBADIAH
DEUTERONOMY	2 SAMUEL	SONG OF SONGS	JONAH
	1 KINGS	MAJOR PROPHETS - 5	MICAH
	2 KINGS		NAHUM
	1 CHRONICLES	ISAIAH	HABAKKUK
	2 CHRONICLES	JEREMIAH	ZEPHANIAH
	EZRA	LAMENTATIONS	HAGGAI
	NEHEMIAH	EZEKIEL	ZECHARIAH
	ESTHER	DANIEL	MALACHI

The two Adams

முதல் ஆதாம் பாவம் செய்வதினால் அனைவருக்குள்ளும் பாவ சுபாவம், கட்டுகள் வியாதிகள், சாபங்கள் எல்லோருக்கும் உள்ளது

கீழ்ப்படியாமையினால் ஆதாம் தேவனுடன் உள்ள உறவை இழந்து விட்டான்.

இரண்டாம் ஆதாம் இயேசுகிறிஸ்து நமக்காக சிலுவையில் மரித்து உயிர்த்தெழுந்தபடியினால் நமது பாவத்தை அவர் ஏற்றுக்கொண்டு அவரது நீதியை நமக்கு தந்து நம்மை நீதிமான் என்று தீர்ப்பு கொடுத்திருக்கிறார். நமது சாபங்களை அவர் ஏற்றுக்கொண்டார் அவரது ஆசிர்வாதத்திற்கு பங்குள்ளவர்களாக மாற்றி விட்டார். கட்டுகளை பிசாசை சிலுவையில் வெற்றி சிறந்து விட்டார் நம் மீது பிசாசுக்கு அதிகாரம் இல்லை.

இயேசு கிறிஸ்து மூலம் தேவனுடன் உறவு மீண்டும் நமக்கு கிடைத்திருக்கிறது. பாவ இயல்பு மறைந்து நமக்கு கிறிஸ்துவின் இயல்பு கிடைத்திருக்கிறது. [ரோமர் 5:15 to 21]

இதோ வாசற்படியிலே நின்று தட்டுகிறேன்; ஒருவன் என் சத்தத்தைக்கேட்டு, கதவைத் திறந்தால் அவனிடத்தில் நான் பிரவேசித்து அவனோடே போஜனம்பண்ணுவேன் அவனும் என்னோடே போஜனம்பண்ணுவான். வெளிப்படுத்தின விசேஷம் 3:20

1. பழைய ஏற்பாடு

ஆதியாகமம்

இதில் சிருஷ்டிப்பு, ஆதாம்-ஏவாள், காயீன்- ஆபேல், நோவா,ஆபிரகாம், ஈசாக்கு, யாக்கோபு, யோசேப்பு போன்றவர்களின் வரலாறுகள் அடங்கியுள்ளன. மனிதன் வீழ்ச்சி.

கடவுள் ஆபிரகாம் மற்றும் அவரது சந்ததிகளை அழைப்பதன் மூலம் மீட்பைத் தொடங்குகிறார்.

அதிகாரம் (1-11) முன் வரலாறு (உருவாக்கம், வீழ்ச்சி, காயீன் &

ஆபேல், நோவா & பேழை, பாபேலின் கோபுரம்)

அதிகாரம் (12-25) ஆபிரகாம் & சாராள்

அதிகாரம் (21-35 ஈசாக்கு & ரெபேக்காள்

அதிகாரம் (25-49) யாக்கோபு & லேயாள் & ராகேல்

அதிகாரம் (37-50) யாக்கோபு & அவரது சகோதரர்கள்

முக்கிய பகுதி: 12:1-5 ஆபிரகாமின் அழைப்பு

முக்கிய வசனம்

நீ பயப்படாதே, நான் உனக்கு கேடகமும் உனக்கு மகா பெரிய பலனுமாய் இருக்கிறேன். ஆதி 15:1.

யாத்திராகமம்

'கிளம்புதல்' எகிப்திலிருந்து அடிமைத்தினத்திலிருந்து கிளம்புதல் இஸ்ரவேலர் மோசேயின் தலைமையில் எகிப்திலிருந்து பிரயாணம் பண்ணிய வரலாறு இதில் இடம் பெற்றுள்ளது. இதில் பத்து வாதைகள், 10 கட்டளைகள்,ஆசரிப்பு கூடாரம், போன்றவைகள் இடம் பெற்றுள்ளது. கடவுள் தனது மக்களை அடிமைத்தனத்திலிருந்து வெளியேற்றுகிறார், அவர்களுக்கு சட்டத்தை வழங்குகிறார்.

அதிகாரம் (1-18) மோசேயின் கையால் அடிமைத்தனத்திலிருந்து எபிரேயர்களின் விடுதலை

அதிகாரம் (19-24) சினாய் மலையில் உடன்படிக்கை

அதிகாரம் (25-40) கூடாரத்தில் தெய்வீக வழிபாட்டின் வடிவம் மற்றும் ஒழுங்கு

முக்கிய பகுதி: 19:3-6 கடவுள் ஒரு மக்களை அழைக்கிறார்.

முக்கிய வசனம்:

என் சமூகம் உனக்கு முன்பாக செல்லும். யாத்திராகமம் 33:14.

லேவியராகமம்

பரிசுத்தமாக வாழ்வதற்காக கட்டளைகள் இப்புத்தகத்தில் அடங்கியுள்ளன. லேவியர்களின் பொறுப்புகள் இடம் பெற்றுள்ளது.

சுருக்கம்: கடவுள் இஸ்ரேலுக்கு பல்வேறு தியாகங்கள் மற்றும் தெய்வீக வழிபாட்டின் ஒரு வடிவத்தை வழங்குகிறார்

அதிகாரம். (1-10) ஐந்து முக்கிய பலிகள் & ஆசாரியத்துவம்

அதிகாரம். (11-25) தூய்மை சட்டங்கள், விருந்துகள், ஒழுக்க விதிகள்

அதிகாரம். (26- 27) உடன்படிக்கை கீழ்ப்படிதலுக்கான ஆசீர்வாதங்கள் மற்றும் சாபங்கள்

முக்கிய பத்தி: லேவியராகமம் 19:2 கடவுள் கோரும் பரிசுத்தம்.

எண்ணாகமம்

'எண்ணாகமம் பிரயாணங்களின் புத்தகம்'

வனாந்திரத்தில் சுற்றி திரிந்த வரலாற்று நிகழ்வு. இருமுறை இஸ்ரவேல் ஜனங்களின்; கணக்கெடுப்பு நடந்துள்ளது இதில் உள்ளது.

சீனாய் மலைகளை கடந்து காதேஸ் பர்னேயாவை சேர 11 நாட்களில் சென்று விடலாம். ஆனால் இஸ்ரவேலர் முறுமுறுத்தார்கள், தேவையற்றவைகளை இச்சித்தார்கள், வேசித்தனம் பண்ணினார்கள். எனவே 38 ஆண்டுகளும் 9 மாதங்களும் வனாந்தரத்தில் சுற்றி திரிந்தார்கள். கானான் தேசம் அடைய முடியாமல் மாண்டு போனார்கள். அவர்களுடைய அடுத்த தலைமுறையினராகிய மக்கள் கானான் தேசம் சென்றனர். காதேஸ் பர்னேயாவிலிருந்து யோர்தானின் கிழக்கு வரை உள்ள பிரயாணம் வரை நிகழ்ச்சிகளை எண்ணாகமம் எடுத்துரைக்கிறது.

சுருக்கம்: 40 வருடங்கள் அலைந்து திரிந்த விவரங்கள் மற்றும் வாக்குப்பண்ணப்பட்ட தேசத்திற்கான பயணம்

அதிகாரம் (1-10) மக்கள் தொகைக் கணக்கெடுப்பு, தூய்மைச் சட்டங்கள் அதிகாரம் (10-20) பயணம்: சினாய் முதல்: காதேசு (கடேஷ்) வரை: கிளர்ச்சி

அதிகாரம் (20-36) பயணம்: காதேசு முதல் மோவாப்; வரை: துன்பம்

வேத புத்தகம் ஓர் அறிமுகம்

முக்கிய பத்தி: 12:6-9 மோசேயின் மகத்துவம்

முக்கிய வசனம்: யாக்கோபுக்கு விரோதமான மந்திரவாதம் இல்லை. இஸ்ரவேலுக்கு விரோதமான குறி சொல்லுதல் இல்லை. எண்ணாகமம் 23:23.

கிறிஸ்தவ வாழ்க்கையில் அவர்கள் சுற்றி திரிந்து, அதே இடத்திலிருந்து நகராமல் இருந்தது போல் தேங்கி நின்றுவிடக்கூடாது. சுற்றி திரியும் நிலை ஏற்பட்டு விடக்கூடாது.

அவரது மெல்லிய தூய ஆவியானவரின் தூண்டுதலுக்கு, நமக்குள் இருந்து தவறை உணர்த்தும் ஆவியானவரின் தூண்டுதலுக்கு உடனே கீழ்படிந்தால் நமக்கும் நம்மை சார்ந்தவர்களுக்கும் பிரச்சினைகள் மாறும் . ஆசீர்வாதங்களை பூமியில் சுதந்தரிக்க வேண்டுமானால் ஆவியானவரின் சத்தத்துக்கு கீழ்படிவோம். ஆசிர்வாதங்களை பெற்றுக் கொள்ளலாம். விக்கிரக ஆராதனை வேசித்தனம், பொருளாசை இருந்தால் பரலோகமே செல்ல முடியாது. எபேசி 5:5.

உபாகமம்

'கட்டளைகளின் புத்தகம்' ஏராளமான வாக்குத்தத்தங்கள் எழுதப்பட்டிருக்கின்றன. எகிப்திலிருந்து புறப்பட்ட இஸ்ரவேல் சந்ததிகள் மாண்டு போயினர். யோசுவா, காலேப் இருவரும் தப்பினர். இப்புதிய சந்ததியினருக்கு கடந்த காலங்களில் தேவன் நடத்திய காரியங்களை மோசே மூலம் விளக்கம் கொடுத்தார். தேவனுடைய கட்டளைகளை புதிய தலைமுறையினருக்கு எடுத்தரைக்கிறார். பின் யோசுவா என்கிற தலைவனை நியமிக்கிறார்.

உடன்படிக்கையின்; தேவன் மீட்டுக் கொண்ட மக்களுக்கு கட்டளை கொடுக்கிறார். கீழ்படிகின்றவர்களுக்கு ஆசீர்வாதம்,

வேத புத்தகம் ஓர் அறிமுகம்

கீழ்ப்படியாதவர்களுக்கு சாபங்கள் என்ற மாபெரும் உண்மையை தெளிவாகவும், தீர்க்கமாகவும் இப்புத்தகம் விளக்குகிறது.

சுருக்கம்: இஸ்ரவேலர்களுக்கு மோசேயின் இறுதி உரைகள்; கடவுளுக்கும் அவருடைய மக்களுக்கும் இடையே ஒரு உடன்படிக்கை.

அதிகாரம் (1-4) வாக்குப்பண்ணப்பட்ட தேசத்திற்கு மக்களைக் கொண்டுவருவதற்காக கடவுளின் செயல்களின் சுருக்கம்

அதிகாரம் (4-26) உடன்படிக்கையின் நிபந்தனைகள்

அதிகாரம் (27-30) சட்டத்தைக் கடைப்பிடிப்பதற்கான ஆசீர்வாதங்கள்/ சாபங்கள் அதிகாரம் (31-34). மோசே முதல் யோசுவா வரையிலான வாரிசு

முக்கிய பகுதி: உபாகமம் 6:4-9 சட்டம் என்ன கோருகிறது.

முக்கிய வசனம்:

என் வார்த்தைகளை உன் சந்ததிக்கு கவனமாய் சொல்லி கொடுப்பாயானால் பூமியிலுள்ள சகல ஜாதிகளிலும் உன்னை மேன்மையாக வைப்பார். உபாகமம்; :28:1.

யோசுவா

இந்த புத்தகத்தை யோசுவா எழுதுகிறார். இஸ்ரவேலின் இரண்டாம் தலைமுறையினர் யோர்தான் நதியினை கடந்து கானான் தேசத்திற்குள் பிரவேசிக்க யோசுவா நடத்துகிறார்.

யோசுவா புத்தகத்தை 'யுத்தங்கள்-வெற்றியின் புத்தகம்' என்று அழைக்கலாம். யோசுவா, தேசமனைத்தையும் பிடித்து அதை இஸ்ரவேலுக்கு அவர்கள் கோத்திரங்களின் பங்குகளின்படி சுதந்திரமாக பிரித்து கொடுத்தார் யுத்தம் ஓய்ந்ததினால் தேசம் அமைதியாயிருந்தது.

வேத புத்தகம் ஓர் அறிமுகம்

தேவன் வாக்கு மாறாதவர், வாக்கு பண்ணின யாவற்றையும் கொடுக்கிறார்

கர்த்தர் சொன்ன நல் வார்த்தைகளில் எல்லாம் ஒரு வார்த்தையும் தவறிப் போகவில்லை. யோசுவா 21:44, 45 எல்லா வார்த்தைகளும் நிறைவேறிற்று. அப்படியே தேவ வார்த்தை வல்லமையுள்ளது. நமக்கும் அந்த வார்த்தைகள் நிறைவேறும்.

சுருக்கம்: இஸ்ரவேலர்கள் வாக்குப்பண்ணப்பட்ட தேசத்திற்குள் நுழைகிறார்கள், அங்கு முன்பு இருந்த குடிமக்களை வெளியேற்றுகிறார்கள்.

அதிகாரம் (1-512) நிலத்துக்குள் நுழைதல்

அதிகாரம் (513-12) நிலத்தைக் கைப்பற்றுதல்

அதிகாரம் (13-21) நிலப் பகிர்வு

அதிகாரம் (22-24) யோசுவாவின் இறுதி வார்த்தைகள் மற்றும் மரணம்

இஸ்ரவேல் கோத்திரத்தார்

ரூபன், சிமியோன், யூதா, இசக்கார், செபுலோன், தாண், நப்தலி, காத், ஆசேர், யோசேப்பு, பென்யமீன் . யோசேப்பு *sons* - எப்பிராயீம், மனாசே .

லேவி – ஆசாரியத்துவம்.

முக்கிய வசனங்கள்:

பலங்கொண்டு, திடமனதாயிரு திகையாதே, கலங்காதே, நீ போகும் இடமெல்லாம் உன் தேவனாகிய கர்த்தர் உன்னோடே இருக்கிறார். யோசுவா 1:9.

நியாயாதிபதிகள்

யோசுவாவின் காலத்திற்கு பிறகு இஸ்ரவேலர் நிலை கட்டுக்கடங்காததாய் இருந்தது. தலைவர் இல்லாத நிலை இருந்தது.

பாகால்களை சேவித்து விக்கிரங்களை வழிபட்டு கர்த்தருக்கு கோபமூட்டினார்கள். கர்த்தர் அந்த சமயத்தில் நியாயாதிபதிகளை எழுப்பினார். இஸ்ரவேலரை விடுதலைக்குள் நியாயாதிபதிகள் நடத்தினர். அவர்களுள் முக்கியமான நியாயாதிபதிகள், கிதியோன், தெபோராள், யெப்தா, சிம்சோன் என்பவர்கள்.

கானானை வந்தடைந்த இஸ்ரவேலருக்கு தேவன் கானானியரை துரத்தி விடும்படி கட்டளை கொடுத்தார். ஆனால் அவர்கள் கானானியரின் வழியில் சென்றதினால் துன்புறுத்தப்பட்டனர். நாமும் நம்மைவிட்டு அப்புறப்படுத்த வேண்டிய நபர்கள் மற்றும் காரியங்களை அப்புறப்படுத்த வேண்டும். செய்திருக்கிறோமா? சிந்தித்து செயல்படுவோம்.

கிதியோன் என்கிற நியாயாதிபதியை கர்த்தர் எழுப்பினார். நான் சிறியவன் என் குடும்பம் மிகவும் சிறியது என்று தாழ்மையுடன் கூறினான். 'உனக்கு இருக்கிற இந்த பலத்தோடே போ' மீதியானியரின் கைக்கு நீங்கலாக்கி ரட்சிப்பாய்; உன்னை அனுப்புகிறவர் நான் அல்லவா என்றார். நியாயாதிபதிகள் 6:14.

முக்கிய வசனம்: பராக்கிரமசாலியே கர்த்தர் உன்னோடே இருக்கிறார். நியாயாதிபதிகள் 6:12.

சுருக்கம்: இஸ்ரேல் நியாயாதிபதிகளால் ஆளப்படுகிறது, ஆனால் தேசம் தார்மீக மற்றும் அரசியல் குழப்பத்தில் இறங்குகிறது.

அதிகாரம். (1-3) முழுமையற்ற வெற்றி & துரோகம்

அதிகாரம் (4-5) தெபொராள் கானாயியரை தோற்கடித்தாள்.

அதிகாரம் (6-8) கிதியோன் மிதியானியரை தோற்கடித்தார்

அதிகாரம் (10-12) யெப்தா அம்மோனை தோற்கடித்தார்

அதிகாரம் (13-16) சிம்சோன் பெலிஸ்தியர்களை தோற்கடித்தார்

அதிகாரம் (17-21) மத மற்றும் ஒழுக்கக் கோளாறு

முக்கிய பத்தி: 21:25 தேசத்தின் பாவம்

ரூத்

மோவாப் சபிக்கப்பட்ட தேசம், லோத்தின் பரம்பரையினரின் நாடு இது. எலிமேலேக்கின் குமாரர் மோவாபிய பெண்களை மணந்திருந்தனர். அவர்கள் மக்லோன், கிலியோன், இருவரும் இறந்து விட்டனர். எனவே இரு குமாரரும் மரித்த நிலையில், நகோமி தன் மருமகள் ரூத்துடன், பெத்லேகம் சென்றனர். அதில் ரூத் மட்டும் மாமியாரை விட்டு விலகவில்லை. பெத்லேகேமில், போவாஸ் என்பவனை மணந்து கொண்டாள். போவாஸ்-ரூத் இவர்களின் மகன் ஒபேத் என்பவன் தாவீதின் தகப்பனாகிய ஈசாயிக்கு தகப்பன். இந்த தாவீதின் வம்சத்தில் இயேசு கிறிஸ்து தோன்றினார்.

வாக்குத்தத்தம்: 'உனக்கு வேண்டிய படியெல்லாம் செய்வேன்' ரூத் 3:11.

சுருக்கம்: அதிகாரம். (1) பேரழிவு நகோமி மற்றும் குடும்பத்தைத் தாக்குகிறது

அதிகாரம். (2) நகோமியின் மருமகள் ரூத் போவாஸை சந்திக்கிறாள்

அதிகாரம். (4) போவாஸ் ரூத்தை 'மீட்கிறான்'; அவர்கள் திருமணம் செய்கிறார்கள்.

முக்கிய பத்தி: 4:13-15 பேரழிவு ஆசீர்வாதமாகிறது

1 *சாமுவேல்*

எழுதியவர் சாமுவேல் தீர்க்கதரிசியாக இருக்கலாம் என்று கூறப்படுகிறது.

எல்கானா, அன்னாள் தம்பதிகள். அன்னாளுக்கு பிள்ளைகள் இல்லை. மிக வேதனையுடன் ஆண்டவரின் ஆலயத்தில் பொருத்தனை செய்து விண்ணப்பம் பண்ணினாள். எனக்கு ஒரு குமாரனை தந்தால் உமது ஆலயத்தின் பணிகளுக்கு அவனை அர்ப்பணிப்பேன் என்று வேண்டினாள். அதின்படி கர்த்தர் அவளுக்கு சாமுவேலை கொடுத்தார். அவள் பொருந்தனையின்படி அவனை ஆலயத்தில் ஏலி தீர்க்கதரிசியின் பராமரிப்பில் விட்டாள். சிறுவயதிலேயே கர்த்தருடைய சத்தம் கேட்கிறவனாய் சாமுவேல் இருந்தார்.

சாமுவேல் சவுலை ராஜாவாக அபிஷேகம் பண்ணுகிறார். சவுலின் கீழ்ப்படியாமையால் கர்த்தர் சவுலை தள்ளினார். கர்த்தர் தாவீதை அபிஷேகம் பண்ணும்படி சாமுவேலுக்கு கூறுகிறார். சவுல் உயிரோடு இருந்த நாள் எல்லாம் தாவீதுக்கு சத்துருவாய் இருந்தான்.

முக்கிய வசனம்:

அவர் சிறியவனைப் புழுதியிலிருந்து எடுத்து எளியவனை குப்பையிலிருந்து உயர்த்துகிறார். 1 சாமுவேல் 2:8.

சுருக்கம்: சவுல் முதல் ராஜாவாக ஆட்சி செய்கிறார்; தாவீது ராஜாவாக அபிஷேகம் செய்யப்பட்டார், ஆனால் சவுல் பின்தொடர்கிறார்.

அதிகாரம். (1-7) சாமுவேல்: தீர்க்கதரிசி மற்றும் நீதிபதி

அதிகாரம். (8-15) சவுல் அபிஷேகம் செய்யப்பட்ட ராஜா மற்றும் அவரது தோல்வி.

அதிகாரம். (16-31) தாவீது அபிஷேகம்; சவுல் அவனைக் கொல்ல முயற்சிக்கிறான். இறுதியில் போரில் சவுலும் மகன்களும் கொல்லப்பட்டனர்.

முக்கிய பகுதி: 8:6-9 இஸ்ரேல் ஒரு இராஜா கேட்கிறது

2 சாமுவேல்

இப்புத்தகத்தில் தாவீது இராஜாவின் வெற்றி, அரசாட்சி, மற்றும் தாவீதின் பாவங்கள் எழுதப்பட்டிருக்கிறது. சவுலின் அரசாட்சி 40 வருடங்கள், தாவீதின் அரசாட்சி 40 வருடங்கள், சாலமோனின் அரசாட்சி 40 வருடங்கள்.

2 சாமுவேல் 22வது அதிகாரத்தை தாவீது சங்கீதம் 18 ல் பாடியுள்ளார். இது தாவீது பாடின பாடல்.

முக்கிய வசனம்

1) மனுஷன் முகத்தை பார்க்கிறான். கர்த்தரோ இருதயத்தை பார்க்கிறார்.

1 சாமுவேல் 16: 9

2) கர்த்தராகிய ஆண்டவரே, தேவரீர் என்னை இதுவரைக்கும் கொண்டு வந்ததற்கு நான் எம்மாத்திரம் என் வீடும் எம்மாத்திரம்

2 சாமு 7:11.

3) தம்மை நம்புகிற அனைவருக்கும் அவர் கேடயமாயிருக்கிறார். 2 சாமுவேல் 22:31.

தாவீது எல்லாவற்றிலும் கர்த்தரை நம்புகிறவராகவே இருந்தார்.

சுருக்கம்: தாவீது ராஜாவாக நிறுவப்பட்டார். விபச்சாரம் ஒரு குழப்பமான மற்றும் கலகத்தனமான குடும்பத்திற்கு வழிவகுக்கிறது.

அதிகாரம் (1-9) தாவீது ஆட்சி செய்து ராஜ்யத்தை விரிவுபடுத்துகிறார்

அதிகாரம் (10-12) தாவீது செய்த கொலை மற்றும் விபச்சாரம்

அதிகாரம் (13-20) கொலை மற்றும் மகன்களிடையே கருத்து வேறுபாடு

அதிகாரம் (21-24) தாவீதின் ஆட்சியின் முடிவு

முக்கிய பாதை : அதிகாரம் 12:7-10 தாவீதின் பாவம் & கடவுளின் தீர்ப்பு

1 இராஜாக்கள் மற்றும் 2 இராஜாக்கள்

இஸ்ரவேலுக்கு முதல் இராஜாவாக சவுல் அரசாட்சி செய்தார். பின்னர் தாவீது அதன் பின் சாலமோன். இஸ்ரவேல், யூதா இராஜ்யங்களை அரசாண்ட 39 அரசர்களை பற்றி இப்புத்தகங்களில் எழுதப்பட்டுள்ளது.

வடபகுதியை இஸ்ரவேல் இராஜாக்களும், தென்பகுதியை யூதா இராஜாக்களும் ஆண்டு வந்தனர்,.

1 *இராஜாக்கள்*

இராஜா வேண்டும் என்று மக்கள் கேட்டதினால் சவுல் இராஜாவாக நியமிக்கப்படுகிறார். முதல் 11 அதிகாரம் சாலமோன் இராஜாவை பற்றியது.

தாவீது, சாலமோன், ரெகோபேயாம் யெரோபெயாம், ஆகாப் இந்த இராஜாக்கள் காலத்தில் தான் நாத்தான், அகியா, எலியா, எலிசா தீர்க்கதரிசிகள் வாழ்ந்தனர்.

தாவீது இராஜாவோடு 1இராஜாக்கள் ஆரம்பித்து பாபிலோன் இராஜாவோடு முடிகிறது.

எலியா ஊழியம் 1 இராஜாக்கள் புத்தகத்தில் உள்ளது. 2 இராஜாக்கள் புத்தகத்தில் எலிசாவின் ஊழியம் இடம் பெற்றுள்ளது.

1 இராஜாக்கள் 3ம் அதிகாரத்தில் சாலமோன் இராஜா, ஞானத்தை தேவனிடம் கேட்டு பெற்றுக் கொள்கிறார். சாலமோன் எருசலேம் தேவாலயத்தை கட்டிய பின் ஏறெடுத்த ஜெபம் 1 இராஜாக்கள் 8ம் அதிகாரத்தில் உள்ளது.

முக்கிய வசனம்:

நியாயம் விசாரிக்கிறதுக்கு ஏற்ற ஞானத்தை உனக்கு வேண்டிக் கொண்ட படியினால் 1 இராஜாக்கள் 3:11,ஞானமும், உணர்வுமுள்ள இருதயத்தை உனக்கு தந்தேன். உன் நாட்களில் இருக்கிற இராஜாக்களில் ஒருவனும் உனக்கு முன் இருந்ததுமில்லை. உனக்கு சரியானவன் உனக்கு பின் எழும்புவதும் இல்லை1 இராஜாக்கள் 3:12.

சுருக்கம்: சாலொமோன் ஆட்சி மற்றும் பிரிக்கப்பட்ட ராஜ்யம்; தீர்க்கதரிசி எலியா.

அதிகாரம் (1-12) சாலொமோன் ஆட்சி செய்கிறார் (till 24 th verse)

அதிகாரம் (12-16) பிரிக்கப்பட்ட ராஜ்யம்: யூதா & இஸ்ரேல் (from 25th verse).

அதிகாரம் (17-22) எலியா தீர்க்கதரிசியின் ஊழியம்.

2 *இராஜாக்கள்*

இப்புத்தகத்தில் எல்லா பொல்லாத அரசர்களின் மோசமான முடிவும் எழுதப்பட்டிருகிறது.

வேத புத்தகம் ஓர் அறிமுகம்

தேவனை பிரியப்படுத்தி நடந்த இராஜாக்கள் அரசாண்ட காலங்களில் ஆவிக்குரிய எழுப்புதலும், தேசத்தில் அமைதியும் இருந்தன.

இஸ்ரவேல் இராஜ்ஜியம் (வடபகுதி) அசீரியரால் சிறைபிடிக்கப்பட்டது.

யூதா இராஜ்ஜியம் (தென்பகுதி) பாபிலோனியரால் சிறைபிடித்து கொண்டு போகப்பட்டது.

எகிப்து தேசத்திலிருந்து பார்வோன் அடிமைத்தனத்திலிருந்து கொண்டு வந்த பின், இஸ்ரவேல் ஜனங்கள் தேவனுக்கு விரோதமாக பாவம் செய்து அந்நிய தேவர்களுக்கு பின் சென்றனர். இராஜாக்களும் அப்படியே இருந்தனர்.

முக்கிய வசனம்:

நீங்கள் காற்றையும் காணமாட்டீர்கள் மழையையும் காணமாட்டீர்கள். ஆயினும் பள்ளதாக்கு நிரப்பபடும் (2 இராஜாக்கள் 3:17).

சுருக்கம்: பிரிந்த முடியாட்சி; இஸ்ரேலும் பின்னர் யூதாவும் அழிக்கப்பட்டன. தீர்க்கதரிசி எலிசா;

அதிகாரம் (1-8) எலிசா தீர்க்கதரிசியின் ஊழியம் [till 15 th verse]

அதிகாரம் (8-17) அசீரியர்களின் கையால் இஸ்ரவேலின் வீழ்ச்சி வரை ராஜ்ஜியம் பிரிக்கப்பட்டது [from 16th verse]

அதிகாரம் (18-25) யூதாவின் ராஜாக்கள் பாபிலோனியர்களின் கையால் எருசலேமின் வீழ்ச்சி வரை. [From 17th verse].

முக்கிய பாதை: அதிகாரம் 25:1-11 யூதா நாடு அழிக்கப்பட்டு மக்கள் நாடுகடத்தப்பட்டனர்.

1 நாளாகமம்

தாவீது அரசனின் அரசாட்சியில், அவருடைய வெற்றியும், தேவாலயத்தை கட்டுவதற்கு அவர் எடுத்த ஆயத்தங்களும் எழுதப்பட்டிருக்கிறது.

தேவரீர் எல்லாருக்கும் தலைவராய் உயர்ந்திருக்கிறீர். 1 நாளாகமம் 29:11.

தேவனுடைய வாக்குத்தத்தங்கள் குறித்த காலத்தில் அழகாக நிறைவேற்றப்படுகிறது. அவரது நியாயத்தீர்ப்பின் விளைவுகளும் இப்புத்தகத்தில் பார்க்கிறோம்.

பெலிஸ்தியர்,மோவாபியர், சேபா, சீரியர், ஏதோமியர் மீது தாவீது வெற்றி கண்டார்.

தாவீதைக் குறித்து விளக்கப்பட்டுள்ளது

முக்கிய வசனம்:

தேவரீர் எல்லாவற்றையும் ஆளுகிறவர். உம்முடைய கரத்திலே சத்துவமும், வல்லமையும் உண்டு. எவரையும் மேன்மைப்படுத்தவும், பலப்படுத்தவும், உம்முடைய கரத்தினாலே ஆகும். 1 நாளாகமம் 29:12.

சுருக்கம்: தாவீது மன்னரின் மரபியல்; தாவீதைக் குறித்து விளக்கப்பட்டுள்ளது.

தேவாலயம் கட்டுவதற்கான திட்டங்கள்.

அதிகாரம் (1-9) ஆதாம் முதல் இஸ்ரவேலின் 12 பழங்குடியினர் வரையிலான வம்சாவளி

அதிகாரம் (10-29) தாவீது ராஜாவின் ஆட்சி.

முக்கிய பத்தி: அதிகாரம் 17:7-14 கடவுள் தாவீது தனது மகன்கள் என்றென்றும் ஆட்சி செய்வார்கள் என்று வாக்குறுதி அளித்தார்.

2 *நாளாகமம்*

சாலமோனைக் குறித்து விளக்கப்பட்டிருக்கிறது

முதல் 9 அதிகாரங்கள் சாலமோன் இராஜாவின் ஞானம், புகழ், மற்றும் தேவாலயத்தை கட்டின விவரங்கள் எடுத்துரைக்கப்படுகின்றன.

தலைமைத்துவத்தில் இருந்த இராஜாக்களின் ஆவிக்குரிய நிலையை பொறுத்து நாட்டில் சமாதானம், விருத்தியும் இருந்தன என்பது எழுதப்பட்டுள்ளது.

தேவனை தேடுபவர்களுக்கும், தேவனுக்கு பணி செய்பவர்களுக்கும், ஆசிர்வாதங்களும், வெற்றிகளும் கிடைக்கின்றன. தலைமைத்துவத்தில் தவறுவதினால், விளைவுகள் எல்லோரையும் பாதிக்கின்றன. தேவனை கனம் பண்ணுகிறவர்களை அவர் கனம் பண்ணுகிறார். இப்புத்தகத்தின் துவக்கத்தில் சாலமோன் இராஜா மூலம் ஆலயம் கட்டப்படுவதும் இப்புத்தக முடிவில் ஆலயம் எரிக்கப்பட்டது குறித்தும் சொல்லப்பட்டு இருக்கிறது. சிதேக்கியா இராஜா காலத்தில் எருசலேம் தேவாலயம் இடிக்கப்பட்டு மக்கள் சிறைபிடித்து செல்லப்பட்ட வரலாறு வரைக்கும் எழுதப்பட்டிருக்கிறது.

யூதாவை அரசாண்ட இராஜாக்கள்

ரெயோபெயாம், அபியா, ஆசா, யோசபாத் யோராம், அகசியா, அத்தாலியாள் (இராணி), யோவாஸ், அமத்சியா, உசியா, யோதாம் ஆகாஸ், எசேக்கியா, மனாசே, ஆமோஸ், யோசியா, யோவாகாஸ், யோராம், யோயாக்கீம், யோயாக்கீன், யோராம், யோயாக்கீம், யோயாக்கீன், சிதேக்கியா என்பவர்கள் ஆவர்.

வேத புத்தகம் ஓர் அறிமுகம்

இந்த ஸ்தலத்திலே செய்யப்படும் ஜெபத்திற்கு என் கண்கள் திறந்தவைகளும் என் செவிகள் கவனிக்கிறவைகளுமாயிருக்கும் 2 நாளாகமம் 7:15.

சுருக்கம்: சாலமோனைக் குறித்து விளக்கப்பட்டிருக்கிறது; தேவாலயம் கட்டப்பட்டது & அர்ப்பணிக்கப்பட்டது; பிரிக்கப்பட்ட இராஜ்யம்.

அதிகாரம் (1-9) சாலமன் மன்னரின் ஆட்சி

அதிகாரம் (10-36) பிரிக்கப்பட்ட இராஜ்யம்: யூதாவின் ராஜாக்கள்

முக்கிய பாதை: அதிகாரம் 6:14-21 தேவாலயத்திற்காக சாலமோனின் அர்ப்பணிப்பு பிரார்த்தனை

எஸ்றா

இஸ்ரவேலர், பாபிலோனியரால் சிறைபிடிக்கப்பட்டு சென்றனர். சிறை பிடிப்பிலிருந்து இஸ்ரவேலர் திரும்புவார்கள் என்று தீர்க்கதரிசிகள் மூலமாக தேவன் சொல்லியிருந்தார்.

இஸ்ரவேலரை சிறைபிடித்து சென்று நேபுகாத்நேச்சாரின் இராஜ்ஜியம் பெர்சியா இராஜா கோரேசினால் அழிக்கப்பட்டது. அவரது ஆட்சிக்கு கீழ் வந்தது. செமயாவின் தலைமையில், எஸ்றா தலைமையில், நெகேமியா தலைமையில் மூன்று பேரின் தலைமையின் கீழ் இஸ்ரவேலர் சிறையிலிருந்து மீண்டு தங்கள் நாட்டிற்கு வந்தனர். தேவனுடைய ஆலயம் கட்டப்படுவது மட்டுமேயன்றி, மக்கள் பாவ வழிகளிலிருந்து மனம் திரும்பி எழுப்புதலைப் பெற்று சீர்திருத்தங்களையும் செய்ய வேண்டும்.

பெர்சியாவின் ராஜாவாகிய கோராகின் ஆவியை கர்த்தர் ஏவினதினால், இஸ்ரவேலர் தங்கள் தாயகமாகிய எருசலேமுக்கு

வேத புத்தகம் ஓர் அறிமுகம்

திரும்பி கர்த்தருடைய ஆலயத்தை கட்டும்படி கர்த்தரால் ஆணை பிறப்பிக்கப்பட்டது. கோரேஸ், செருபாபேல், எஸ்றா, ஆகாஸ், சகரியா, தரியு, அர்த்தசஷ்டா, ஆகியோர் தலைமையில் சிறையிருப்பிலிருந்து இஸ்ரவேலர் திரும்பினர்.

இடிக்கபட்ட தேவனுடைய ஆலயம் மீண்டும் கட்டப்பட செருபாபேல் முக்கிய காரணமாய் இருந்தார்.

தேவனுடைய மக்களோடு எஸ்றாவும், பாவ அறிக்கை ஜெபம் செய்கிறார்

தம்மை தேடுகிற, எல்லோருக்கும் மேலும் அவர் நன்மை செய்கிறார். அவருடைய கோபம் அவர்களை விட்டு விலகுகிறது.

எங்கள் அக்கிரமங்கள் எங்கள் தலைக்கு மேல் பெருகிற்று. எங்கள் குற்றம், வான பரியந்தம் வளர்ந்து போயிற்று, எனவே சிறையிருப்புக்காக, கொள்ளைக்கும், வெட்கத்துக்கும் ஒப்பு கொடுக்கப்பட்டோம். இப்படி எஸ்றாவும், ஜனங்களும் மிகவும் அழுது விண்ணப்பித்தனர்.

வேறு ஜாதியோடு கர்த்தரின் பிள்ளைகள் கலந்து திருமணம் செய்ததினை வருந்தி முறையிட்டு அழுதனர். கர்த்தரிடம் மன்னிப்பு பெற்றனர்.

முக்கிய வசனம்:

கர்த்தர் நல்லவர். அவருடைய கிருபை என்றுமுள்ளது. எஸ்றா 3:11.

சுருக்கம்: நாடுகடத்தப்பட்டவர்கள் பாலஸ்தீனத்திற்குத் திரும்புகிறார்கள்; தேவாலயத்தை மீண்டும் கட்டுதல்; எஸ்றா தேசத்தை சீர்திருத்துகிறார்

அதிகாரம் (1-6) நாடுகடத்தப்பட்டவர்கள் திரும்பி வந்து கோவிலை மீண்டும் கட்டுதல்

அதிகாரம் (7-10) எஸ்றா திரும்பி வந்து சீர்திருத்தங்கள் செய்கிறார்.

முக்கிய பகுதி: 9:13 தண்டனை மற்றும் மறுசீரமைப்பு

நெகேமியா

நெகேமியாவின் புத்தகம்

எருசலேம் அலங்கம் இடிபட்டு கிடந்தது. நெகேமியா அலங்கத்தைக் கட்டி, பல சீர்திருத்தங்களைச் செய்தார். நெகேமியா இப்புத்தகத்தை எஸ்றாவின் உதவியுடன் எழுதினார்.

எஸ்றா காலத்தில் தவறுகளை விட்டு திரும்பிய மக்கள், மீண்டும் பாவம் செய்து பழைய வழிகளுக்கு திரும்பினர். எருசலேம் அலங்கம் இடிபட்டு கிடந்தது. நெகேமியா அலங்கத்தை கட்டி பல சீர்திருத்தங்களை செய்தார்.

நெகேமியா 9ம் அதிகாரம்

பாவ அறிக்கை ஜெபம். ஒரு ஜாமம் மட்டும் நெகேமியாவும் ஜனங்களும் க்கு பாவ அறிக்கை செய்து கர்த்தரை பணிந்து கொண்டனர்.

வாக்குத்தத்தம்

கிருபையும், இரக்கமும் உள்ள தேவன் நெகேமியா 9:31.

உடன்படிக்கையையும், கிருபையையும் காக்கிற வல்லமையும் பயங்கரமுள்ள மகாதேவன் நெகேமியா 9:32.

முக்கிய வசனம்:

நாங்கள் உமக்கு விரோதமாக செய்த பாவங்களை அறிக்கையிடுகிற அடியேனுடைய ஜெபத்தை கேட்கிறதற்கு உம்முடைய செவி கவனித்தும் உம்முடைய கண்கள் திறந்தும் இருப்பதாக நெகேமியா 1:6.

சுருக்கம்: நெகேமியா திரும்பிய இஸ்ரவேலர்களை வழிநடத்துகிறார் அதிகாரம். (1-12) எருசலேமின் சுவர்களை மீண்டும் கட்டுவதற்கு நெகேமியா வழிநடத்துகிறார்

அதிகாரம் (13) நெகேமியா சீர்திருத்தங்களை நிறுவுகிறார்

முக்கிய பத்தி: அதிகாரம் 8:1-10 எஸ்ரா மோசேயின் சட்டத்தை மக்களுக்கு வாசிக்கிறார்.

எஸ்தர்

இஸ்ரவேலர் பாபிலோனுக்கு சிறைபிடிக்கப்பட்டு கொண்டு போகப்பட்டார்கள். பெர்சியா ராஜா கோரேஸ், நேபுகாத்நேச்சராகிய பாபிலோன் ராஜாவை தோற்கடித்தான். அதன் பின் யூதர் எருசலேமுக்கு திரும்ப, கோரேஸ் மூலம் ஆணை கொடுக்கப்பட்டது. செருபாபேல் தலைமையில் எருசலேமில் ஆலயப்பணி கட்டப்பட்டு நிறைவு பெற்றது. எஸ்ரா அதன்பின் எருசலேம் திரும்பினார். அதற்கு பின் எஸ்தர் சரித்திரம் நிகழ்ந்தது. ஆகாஸ்வேரு பெர்சியாவின் ராஜாவானர். அவர் மனைவி வஸ்தியை ராஜா அழைக்கும் போது வரவில்லை ராஜா வஸ்தியை தள்ளிவிட்டு எஸ்தரை ராணியாக மணம் செய்தார். ஆமான் அதிகாரியாக்கப்பட்டிருந்தான். ஆமான் யூத ஜனங்களை கொல்ல சதி செய்து ஆணை பிறப்பிக்கப்பட்டது. பெரும்பாலான யூத மக்கள் எருசலேமுக்கு வராமல் பெர்சியாவில் இருந்தனர். மொர்தெகாய் எஸ்தரை எடுத்து வளர்த்தவர். அவரை கொல்ல ஆமான் திட்டம் திட்டியிருந்தான். யூத ஜனங்களை அழிக்கும் பெரிய சதி திட்டம், எஸ்தர் ராஜாத்தி மூலம், அவள் ராஜாவிடம் பரிந்துரை செய்து, யூத ஜனங்கள் காப்பாற்றப்பட்டனர். ஆமான் தூக்கிலிடப்பட்டான்.

முக்கிய வசனம்: நீ இந்த காலத்திலே மவுனமாயிருந்தால், யூதருக்கு சகாயமும் இரட்சிப்பும் வேறொரு இடத்திலிருந்து எழும்பும் எஸ்தர் 4:14.

சுருக்கம்: ஒரு யூத ராணி எஸ்தரின் ஞானம் மற்றும் புத்திசாலித்தனத்தின் மூலம் கடவுள் தேசத்தை காப்பாற்றுகிறார்,

அதிகாரம் (1-2) வஸ்தி பதவி நீக்கம் செய்யப்பட்டார், (till 18 th verse).

அதிகாரம் (2-7) (from 19 th verse) எஸ்தர் முடிசூட்டப்பட்டார்.

பாரசீகத்தில் உள்ள அனைத்து யூதர்களையும் கொல்லும் திட்டம் & இந்தத் திட்டம் எப்படி முறியடிக்கப்பட்டது எஸ்தர் & மொர்தெகாய்.

அதிகாரம் (8-10) விருந்து, ராஜா யூதர்களைக் காப்பாற்றுகிறார்; முக்கியப் பகுதி: 4:12-14 யூதர்களைக் காப்பாற்ற கடவுள் எஸ்தரை வைத்துள்ளார்.

யோபு

தேவ பக்தியுள்ள மனிதனின் பாடுகளும், உபத்திரவங்களும் இதில் விளக்கப்படுகிறது.

முக்கிய வசனங்கள்:

ஆராய்ந்து முடியாத பெரிய காரியங்களையும் எண்ணி முடியாத அதிசயங்களையும் அவர் செய்கிறார். யோபு 9:10.

தேவரீர் சகலத்தையும் செய்ய வல்லவர் நீர் செய்ய நினைத்தது தடைபடாது யோபு 42:2

கிரகிக்க கூடாத பெரிய காரியங்களை அவர் செய்கிறார். யோபு: 37:5.

வேத புத்தகம் ஓர் அறிமுகம்

சுருக்கம்: ஒரு பாதிக்கப்பட்டவரின் கதை & கடவுளின் இறுதி பாதுகாப்பு.

அதிகாரம் (1-2) நீதியுள்ள யோபு பேரிடர்களால் தாக்கப்பட்டார்

அதிகாரம் (3-31) உரையாடல்: யோபு மற்றும் அவரது நண்பர்கள்

அதிகாரம் (32-37 எலிகூ இளைஞன்-பேசுகிறார்

அதிகாரம் (38-42) யோபுக்கான கடவுளின் வெளிப்பாடு (till 6th verse)

அதிகாரம் (42) யோபுவின் மறுசீரமைப்பு (from 7th verse to 17th verse)

முக்கிய பத்தி: 19:25-27 - யோபுவின் மீட்பர்

சங்கீதம்

வாழ்வில் எதிர்கொள்ளும் சூழ்நிலை காரணமாக எழும்பும் உணர்ச்சிகளும், உள்ள குமுறல்களும் அப்படியே சங்கீதத்தில் எழுதப்பட்டிருக்கின்றன.

150 சங்கீதங்கள் உள்ளன. 70க்கும் அதிகமான சங்கீதங்கள் தாவீது ராஜா எழுதியுள்ளார். 12சங்கீதம் ஆசாப் எழுதியவைகள், கோராகின் புத்திரர் 11 சங்கீதங்கள் எழுதியுள்ளனர். மோசே 1 சங்கீதம், சாலமோன் 2 சங்கீதம், ஏமான் 1 சங்கீதம், ஈத்தான் 1 சங்கீதம் எழுதியுள்ளார். 56 சங்கீதங்கள் யாரால் எழுதப்பட்டன என பெயர் கொடுக்கப்படவில்லை.

23ம் சங்கீதம் கர்த்தர் என் மேய்யப்பராய் இருக்கிறார். 32, 51ம் சங்கீதம் பாவ அறிக்கை ஜெபம், 100 துதியின் சங்கீதம். 119 வேத வசனங்களின் மகத்துவம் வல்லமை 91-உன்னதமானவரின்

வேத புத்தகம் ஒர் அறிமுகம்

பாதுகாப்பின் சங்கீதம் யாவுமே மனதிற்கு ஆறுதல் தரும் சங்கீதங்கள்.

முக்கிய வசனம்:

உமக்கு பிரியமானதைச் செய்ய எனக்கு போதித்தரும். நீரே என் தேவன் உம்முடைய நல்ல ஆவி என்னை செம்மையான வழியிலே நடத்துவராக சங்கீதம் 143:10.

சுருக்கம்: பிரார்த்தனைகள் மற்றும் துதிகளின் வழிபாட்டு புத்தகம்

அதிகாரம் (6,32,38,51,102,130,143) மனந்திரும்புதலின் சங்கீதங்கள்

அதிகாரம் (111-118) அல்லேலூயா சங்கீதம்

அதிகாரம் (119) சட்டத்தின் புகழ்ச்சி; பைபிளின் மிக நீண்ட அத்தியாயம் அதிகாரம் (120-134) ஜெருசலேமில் விருந்துகளுக்கு ஏறும் சங்கீதம்

அதிகாரம் (146-150) பெரிய அல்லேலூயா சங்கீதங்கள்.

அதிகாரம் (23,100,103,139) புகழ் பெற்ற சங்கீதங்கள்

முக்கிய பகுதி: 1 - 'ஆசீர்வதிக்கப்பட்ட மனிதர், நமது இறைவன்

நீதிமொழிகள்

மனித வாழ்விற்கு நல்வழி காட்டும், ஆலோசனைகள், எச்சரிப்புகள், தத்துவங்கள் நிறைந்த புத்தகம் ஆகும். சரியானவழி எது என்பதனை நீதிமொழிகள் காட்டுகிறது. குடும்ப வாழ்க்கை, கல்வி, சமூக வாழ்க்கை, பொருளாதாரம், வியாபாரம், அரசாட்சி,

வேத புத்தகம் ஓர் அறிமுகம்

போன்றவைகளுக்கு வழி காட்டும் புத்தகம். 31 நாட்களுக்கு தினம் ஒன்று என்று படிக்கலாம். இதனை சாலமோன் எழுதியுள்ளார்.

ஆலோசனை, குடும்பம், கடிந்து கொள்ளுதல், கர்த்தருக்கு பயப்படுதல், விவேகம், உழைப்பு, ஞானம், மூடன், உணர்வு, மதியீனம் வார்த்தைகள் (நாவு, உதடு, வாய்) , சிந்தை, இருதயம், சோம்பேறி, சோம்பல், கவனம், ஜாக்கிரதை, பாவம், நீதிமான், துன்மார்க்கர், பணம், பொருள், ஆத்துமா, வாக்குத்தத்தங்கள்,மிருகங்கள், பறவைகள் போன்றவைகள் குறித்து நீதிமொழிகளில் எழுதப்பட்டுள்ளது. நீதிமொழிகளை வாசிப்பதினால் விவேகம், நீதி,நியாயம், நிதானம், என்பவைகளைப் பற்றிய உபதேசத்தை அடையலாம்.

இவைகள் பேதைகளுக்கு வினாவையும், வாலிபருக்கு அறிவையும்,விவேகத்தையும் கொடுக்கும்.

சுருக்கம்: ஞானத்தைத் தேடுபவர்களுக்கு வழிகாட்டுதல்

அதிகாரம் (1-9) ஞானத்தைப் புகழ்தல் ஞானத்தின் இயல்பு

அதிகாரம் (10-22) சாலமோன் நீதிமொழிகள் [till 16th verse]

அதிகாரம் (22-31) இதர நீதிமொழிகள் [from 17th verse]

முக்கிய பத்தி: 3:5-8 கர்த்தருக்கு பயப்படுதல் ஞானம்

பிரசங்கி

சாலமோன் ஒரு ஞானி. தாவீதின் மகன் எருசலேம் ஆலயத்தை கட்டினவர். வாலிப வயதில் உன்னத பாட்டையும், நடு வயதில் நீதிமொழிகளையும், முதிர்ந்த வயதில் பிரசங்கி புத்தகத்தையும் எழுதினார்.

இவ்வுலகத்தின் ஆசா பாசங்கள் அனுபவங்கள் நிலையற்றவை. அவைகள் மனித உள்ளத்தில் ஆழமான தேவைகளை நிறைவுபடுத்த முடியாது என்பதனை யாவரும்

வேத புத்தகம் ஓர் அறிமுகம்

அறிந்து இருக்க வேண்டும். இப்புத்தகத்தில் அறிவுரைகளும், தத்துவங்களும், ஆலோசனைகளும் எழுதப்பட்டுள்ளன.

வாலிப வயதில் கர்த்தரை தேடு

பல் விழுவதற்கு முன் கால்கள் தள்ளாடுவதற்கு முன், கண் இருளாவதற்கு முன், கர்த்தரை அண்டிக் கொள்ள வேண்டும். பிரசங்கி 12:1-5.

கர்த்தரை பற்றிக் கொண்டு அவருக்காக அநேக காரியம் செய்ய விரும்புபவர்களே, இப்போதே கர்த்தரை பற்றிக் கொள்ளுங்கள். ஒரே ஒரு வாழ்க்கை அதி சீக்கிரம் கடந்துவிடும் கர்த்தருக்காய் செய்வது ஒன்று மட்டுமே நிலைத்திருக்கும்.

சாலமோனின் இறுதி உரை/முக்கிய வசனங்கள்

தேவன் தமது பார்வைக்கு நல்லவனாய் இருக்கிறவனுக்கு, ஞானம், அறிவு, இன்பம் தருகிறார். பிரசங்கி 2:26.

அவர் சகலத்தையும் அதினதின் காலத்தில் நேர்த்தியாக செய்திருக்கிறார். பிரசங்கி 3:11.

உன் காலத்துக்கு முன் ஏன் சாக வேண்டும். பிரசங்கி 7:17.

செய்யும்படி உன் கைக்கு நேரிடுகிறது. எதுவோ அதை உன் முழு பலத்தோடே செய் பிரசங்கி 9:10.

ராஜாவை மனதிலும் நிந்தியாதே, ஐசுவரியவானை உன் படுக்கையிலும் நிந்தியாதே, ஆகாயத்து பறவைகள் அந்த சத்தத்தை கொண்டு போகும். பிரசங்கி 10:20.

சாலமோன் கூறிய இறுதி கட்டளை

'தேவனுக்கு பயந்து, அவர் கற்பனைகளை கைக்கொள். எல்லா மனுஷர் மேலும் விழுந்த கடமை இதுவே'. பிரசங்கி 12:13.

சுருக்கம்: கடவுள் இல்லாத வாழ்க்கை அர்த்தமற்றது.

அதிகாரம் (1-2) கற்றல், இன்பம் போன்றவற்றின் வெறுமை

அதிகாரம் (3-11) வாழ்க்கை மற்றும் ஞானம் பற்றிய அவதானிப்புகள் அதிகாரம் (12) முடிவு

முக்கிய பத்தி: 12:1-8 மரணத்திற்கு முன் கடவுளை நினைவு கூருங்கள்.

உன்னதப்பாட்டு

சாலமோன் எழுதியுள்ள கணவர் மனைவிக்குள்ள நெருக்கமான உறவினையும், இயேசு கிறிஸ்துவுடனான நமது நெருக்கமான உறவினையும் எடுத்துரைக்கிறது.

சாலமோன் ராஜாவிற்கு எப்பிராயீம் மலை நாட்டில் திராட்சை தோட்டம் இருந்தது. ஆடு மேய்க்கும் பெண் சூலேமித்தியாள் அவளுடன் சாலமோன் பழகி செல்கிறார். அவள் அவரை தேடுகிறாள். மீண்டும் வந்து அவளை மணவாட்டியாக்கிக் கொள்கிறார். உன்னதப்பாட்டு கணவன் மனைவிக்கு இடையே உள்ள அன்பினை குறித்து எழுதப்பட்டது. தேவனுக்கும் அவருடைய மக்களுக்கும் உள்ள அன்பின் உறவையும் குறிக்கிறது. பல தாவரங்கள், விலங்குகள் இதில் இடம் பெற்றுள்ளன.

முக்கிய வசனம்:

என் நேசர் என்னுடையவர், நான் அவருடையவள் உன்னதப்பாட்டு 2:16.

சுருக்கம்: நாடகம் போன்ற பேச்சுகளுடன் கூடிய காதல் கதை

அதிகாரம் (1-4) காதலர்கள் ஒன்றாக இருக்க முயல்கிறார்கள்

அதிகாரம். (5-8) காதலர்கள் சங்கம்

முக்கிய பத்தி: 8:6-7 உண்மையான அன்பின் தன்மை

வேத புத்தகம் ஓர் அறிமுகம்

தீர்க்கதரிசன புத்தகங்கள்

சரித்திர புத்தகங்கள்   : 17

சங்கீத புத்தகங்கள்   : 5

தீர்க்கதரிசன புத்தகங்கள்   : 17 என்று 3 பிரிவாக உள்ளது.

பெரிய தீர்க்கதரிசன புத்தகங்கள் : 5

ஏசாயா, எரேமியா, புலம்பல், எசேக்கியேல், தானியேல்

பெரிய தீர்க்கதரிசன புத்தகங்கள்: 5

சிறிய தீர்க்கதரிசன புத்தகங்கள்: 12

ஓசியா, யோவேல், ஆமோஸ், ஒபதியா, யோனா, மீகா, நாகூம், ஆபகூக், செப்பனியா, ஆகாய், சகரியா, மல்கியா.

சமாரியாவை தலைநகராக கொண்டு இருந்த தேசம் இஸ்ரவேல் நாடு ஆகும்.

எருசலேம் தலைநகராய் கொண்டு இருந்தது யூதேயா ஆகும்;.

அசீரியாவினால்   அழிக்கப்பட்ட   காலத்தில்   வாழ்ந்த தீர்க்கதரிசிகள்:

யோனா, ஆமோஸ், ஓசியா, யோவேல், ஏசாயா, மீகா

ஆவர். யூதா, பாபிலோன் அழிக்கப்பட்ட காலத்தில் வாழ்ந்த தீர்க்கதரிசிகள்,எரேமியா,   எசேக்கியேல்,தானியேல்,   ஒபதியா, நாகூம், ஆபகூக்,செப்பனியா

சிறையிருப்பில்   இருந்து   திரும்பியவர்கள்   காலத்தில் வாழ்ந்தவர்கள் ஆகாய் சகரியா, மல்கியா.

தேவனால் தெரிந்து கொள்ளப்பட்டவர்கள் அவருடைய விருப்பத்தின்படி வாழ தவறிய போது தேவன் அவர்களை கண்டித்து   உணர்த்தினார்.   எச்சரிப்பான   செய்திகளை

வேத புத்தகம் ஓர் அறிமுகம்

ஆலோசனைகளை, தீர்க்கதரிசிகள் மூலம் தந்து நல்வழி காட்டினார். ஆறுதலான வார்த்தைகளும் இடம் பெற்றிருக்கின்றன.

சிறையிருப்பிற்கு முன் தீர்க்கதரிசனம் உரைத்தவர்கள்

ஓசியா, ஆமோஸ், யோனா, நாகூம், ஓபதியா, மீகா, யோவேல், ஆபகூக்,செப்பனியா, ஏசாயா, எரேமியா.

சிறையிருப்பில் தீர்க்கதரிசனம் உரைத்தவர்கள்:

எசேக்கியேல், தானியேல்

சிறையிருப்புக்கு பின் தீர்க்கதரிசனம் உரைத்தவர்கள்:

ஆகாய், சகரியா, மல்கியா.

சிறையிருப்புக்கு முன் வாழ்ந்த தீர்க்கதரிசிகள்:

ஓபதியா, யோவேல், யோனா,ஆமோஸ், ஓசியா, மீகா,ஏசாயா, நாகூம், செப்பனியா, ஆபகூக், எரேமியா

சிறையிருப்பின் காலத்தில் வாழ்ந்த தீர்க்கதரிசிகள்:

தானியேல், எசேக்கியேல்

சிறையிருப்பின் காலத்திற்கு பின் வாழ்ந்த தீர்க்கதரிசிகள்

ஆகாய்,சகரியா, மல்கியா

ஏசாயா

ஏசாயா தீர்க்கதரிசியினால் எழுதப்பட்டது. அரசர்கள் ஆண்டவருக்கு பயப்படாதவர்களாய் இஸ்ரவேல் மக்களை நடத்தினார்கள். அவர்களை தண்டிக்கும் வகையில், அசீரியர்களை அவர்களுக்கு விரோதமாக எழூப்பினார். இந்த சிறையிருப்புக்கு முன் ஏசாயா தீர்க்கதரிசனம் உரைத்தார்.

வேத புத்தகம் ஓர் அறிமுகம்

இஸ்ரவேல் மக்களை பாவ வழியை விட்டு திரும்பும்படி அழைப்பு விடுத்தார். திரும்பும் போது மீண்டும் ஆசிர்வாதம் தர ஆண்டவர் வாக்குகளை எடுத்துரைத்தார்.

தேவன் தன் மக்களிடம் பரிசுத்தமும், நீதியும் நிறைந்த வாழ்க்கையை எதிர்பார்க்கிறார்.

முக்கிய வசனங்கள்:

நம்முடைய மீறுதல்களின் நிமித்தம் அவர் காயப்பட்டு, நம்முடைய அக்கிரமத்தினிமித்தம் அவர் நொறுக்கப்பட்டார். நமக்கு சமாதானத்தை உண்டு பண்ணும் ஆக்கினை அவர் மேல் வந்தது. அவருடைய தழும்புகளால் குணமாகிறோம். ஏசாயா 53:5 மற்றும் 1 பேதுரு 2:24.

நாமெல்லாரும் ஆடுகளைப் போல வழி தப்பி திரிந்து அவனவன் தன் தன் வழியிலே போனோம். கர்த்தரோ, நம்மெல்லாருடைய அக்கிரமத்தையும் அவர் மேல் விழப் பண்ணினார் ஏசாயா 53:6, நமது மாம்சமும், மனதும் விரும்பியபடி நடந்தோம் ஆவியானவரின் தூண்டலுக்கு, வசனத்திற்கு நடுங்கவில்லை. மாம்சமும் மனதும் விரும்பியபடி வாழ்ந்து விட்டு கர்த்தரிடத்தில் ஆசிர்வாதத்தை எதிர்பார்க்க முடியாது.

ஏசாயா தீர்க்கதரிசி - உசியா, யோதாம், ஆசாப், எசேக்கியா என்பவர்களின் நாட்களில் யூதாவையும், எருசேலமையும் குறித்த ஏசாயாவின் தரிசனம். ஏசாயா காலத்தில் உசியா, யோதாம், ஆகாஸ் எசேக்கியா, மனாசே வடதிசை அரசை ஆண்ட அரசர்கள்.

இஸ்ரவேலோ, உணர்வில்லாமல் கர்த்தருக்கு கோமுண்டாக்கி பின் வாங்கி போனார்கள். கர்த்தருடைய வழியை விட்டு பின் வாங்கினார்கள். மீண்டும் திரும்பினால் ஆசிர்வாதங்களை ஆண்டவர் தருவார் என்று பல்வேறு வார்த்தைகள் மூலம் எடுத்துரைத்தார். எனவே உங்களை கழுவி சுத்திகரியுங்கள். தீமை செய்தலை விட்டு விடுங்கள். ஏசாயா 1:16.

விதவையின் வழக்கை விசாரிக்கவில்லை, விபச்சாரம் அதிகம் உள்ளது. தங்கள் விரல்கள், தனக்கு பண்ணினதை பணிந்து

வேத புத்தகம் ஓர் அறிமுகம்

கொள்ளுகிறார்கள். வீட்டோடே வீட்டை சேர்க்கிறார்கள். சாராயத்தை நாடுகிறார்கள். மேட்டிமையாய் நடக்கிறர்கள். நீதிமானின் நியாயத்தை புரட்டுகிறவர்களுக்கு ஐயோ ஏசாயா 5:23.

பரிதானத்திற்காக குற்றவாளியை, நீதிமானாக தீர்க்கிறார்கள்.

தமஸ்கு மண்மேடாகும் ஏசாயா 17:1.

தீரு அழிந்து விடும் ஏசாயா 23.

சுருக்கம்: யூதாவுக்கு ஒரு தீர்க்கதரிசி (c.700); மறுசீரமைப்பின் கருப்பொருள்கள் மற்றும் மேசியாக்கான ஒரு முதன்மையான நம்பிக்கை

அதிகாரம் (1-12) தீர்ப்பு மற்றும் அசிரிய அச்சுறுத்தல்

அதிகாரம். (13-23) நாடுகளுக்கு எதிரான தேவ வாக்கு

அதிகாரம் (24-35) ஏசாயாவின் வெளிப்படுத்தல் (அபோகாலிப்ஸ்) (apocalypse)

அதிகாரம் (36-39) வரலாற்று மெய்ச்செய்தி

அதிகாரம் (40-48) நாடு கடத்தப்பட்ட யூதாவை மீட்டெடுத்தல்

அதிகாரம் (49-57) ஊழியரின் ஊழியம்

அதிகாரம் (58-66) யூதாவுக்கு நித்திய விடுதலை

முக்கியப் பகுதி: 52:13-53:12 இயேசுவின் பேரார்வத்தை முன்னறிவிக்கிறது: (Passion of christ). துன்பப்படும் வேலைக்காரன்(suffering servant) என்று அழைக்கப்படுகிறார்.

எரேமியா

பெரும்பாலான இராஜாக்கள் ஆண்டவருக்கு பிரியமில்லாதவைகளை செய்து இஸ்ரவேல் மக்களை பாவம் செய்ய பண்ணினார்கள். வடதிசை இராஜ்ஜியம் சமாரியா தலைநகரமாகவும், தென்திசை இராஜ்ஜியம் எருசலேமை தலைநகரமாகவும் கொண்டிருந்தது. தென்திசை இராஜ்ஜியம் பாபிலோனியரால் சிறைபிடிக்கப்பட்டு 70 ஆண்டுகளுக்கு பின்னர் இஸ்ரவேலர் நாடு திரும்பினர். வடதிசை இராஜ்ஜியம் அசீரியர்களால் சிறைபிடிக்கப்பட்டது. தென்திசை மக்களுக்கு ஏசாயா தீர்க்கதரிசனம் உரைத்து மனம் திரும்பும்படி எச்சரித்தார். எரேமியாவை சிறு வயதிலேயே ஆண்டவர் தீர்க்கதரிசியாக அழைத்தார். இஸ்ரவேல் மக்களும், இராஜாக்களும் பொல்லாத வழியை விட்டு திரும்பும்படி வர போகும் அழிவை குறித்து தீர்க்கதரிசனம் உரைக்கும்படி தேவனால் அனுப்பப்பட்டார். அவர்களோ மனம் திரும்பவில்லை. பாகாலை வணங்கி

வழிபட்டு வந்தனர். சரீர இச்சைகளை நிறைவேற்றக் கூடிய சிற்றின்ப விளையாட்டுகளும் ஏராளமாய் காணப்பட்டன. எனவே வரப்போகும் அழிவை கடுமையாக தீர்க்கதரிசனம் உரைத்தார். அவனை பாபிலோனுக்கு அழைத்தனர். எரேமியா செல்லவில்லை. எகிப்திற்கு அழைத்துச் சென்றனர். அங்கு இரத்த சாட்சியாக மரித்தார். பாபிலோனியர் சிறைபிடித்து செல்வார்கள் என்று தீர்க்கதரிசனம் உரைத்தார்.

முக்கிய வசனம்:

நாம் நிர்மூலமாகாதிருப்பது கர்த்தருடைய கிருபையே அவருடைய இரக்கங்களுக்கு முடிவில்லை. எரேமியா 3:22,23.

முக்கிய வசனங்கள்:

என் வாக்குக்கு செவி கொடுங்கள், அப்பொழுது என் ஜனமாயிருப்பீர்கள். நான் உங்களுக்கு கற்பிக்கும் எல்லா வழிகளிலும், நீங்கள் உங்களுக்கு நன்மை உண்டாகும்படி

வேத புத்தகம் ஓர் அறிமுகம்

நடவுங்கள் என்கிற காரியத்தை கட்டளையிட்டார். எரேமியா 7:23.தேவனை விட்டு, பின் வாங்கிப் போகும் மக்களை மனம் திரும்ப எரேமியா தீர்க்க தரிசனம் கூறுகிறார். மனம் திரும்பியவர்களுக்கு கிடைக்கப் போகும் ஆசீர்வாதம், வாக்குத்தத்தம் கொடுத்துள்ளார்.

'அடிக்கடி கடிந்து கொள்ளப்பட்டும் தன் பிடரியை கடினப்படுத்துகிறவன் சகாயமின்றி சடுதியில் நாசமடைவான். என்பதே இப்புத்தகத்தின் பொருள்.

இஸ்ரவேலரின் பாவத்தை குறித்து எரேமியா புலம்புகிறார்.

இஸ்ரவேல், யூதா கோத்திரத்தை கண்டித்து திருத்த, பாபிலோனின் அரசை கர்த்தர் கருவியாக பயன்படுத்தினார்.

இஸ்ரவேலின் துரோகம் எரேமியா-2

யூதாவின் துரோகம் எரேமியா-3

எருசேலமின் பாவம் எரேமியா-5

யூதாவின் பாவம் எரேமியா   -10

சிதேக்கியா ராஜாவிற்கு எச்சரிப்பு எரேமியா-21

எகிப்தின் எச்சரிப்பு எரேமியா-46

பெலிஸ்தியருக்கு எச்சரிப்பு எரேமியா-47

மோபாவியருக்கு எச்சரிப்பு எரேமியா-48

அம்மோன், ஏதோம், தமஸ்கு, கேதார், ஏலாம் தேசங்களுக்கான எச்சரிப்பு எரேமியா-47.

பாபிலோனுக்கு எச்சரிப்பு எரேமியா-50, 51.

எரேமியாவை தேவன் திருமணம் செய்ய அனுமதிக்கவில்லை.

வேத புத்தகம் ஓர் அறிமுகம்

எரேமியா எருசேலமுக்காக கண்ணீர் வடிக்கிறான். உங்கள் கிரியைகளை சீர்ப்படுத்துங்கள் அப்பொழுது உங்களை இந்த ஸ்தலத்தில் குடியிருக்கப் பண்ணுவேன்.

சிறியோர் தொடங்கி பெரியோர் மட்டும், ஒவ்வொருவரும் பொருளாசைக்காரராய் இருக்கிறார்கள். தீர்க்கதரிகள் தொடங்கி ஆசாரியர்கள் மட்டும் ஒவ்வொருவரும் பொய்யராய் இருக்கிறார்கள். எரேமியா-8:10.

ஆகையால் தடைக்கட்டப்படாத சர்ப்பங்களையும், கட்டு விரியன்களையும் உங்களுக்குள் அனுப்புகிறேன். அவைகள் உங்களை கடிக்கும் என்று கர்த்தர் சொல்லுகிறார். எரேமியா 8:17.

ஞானம் திறமை, பணம் குறித்து மனமேட்டிமை வேண்டாம். எரேமியா 9:23.

ஞானி தன் ஞானத்தை குறித்து மேன்மை, பாராட்ட வேண்டாம். பராக்கிரமன் தன் பராக்கிரமத்தை குறித்து மேன்மை பாராட்ட வேண்டாம். ஐசுவரியவான் தன் ஐசுவரியத்தைக் குறித்து மேன்மை பாராட்ட வேண்டாம். மேன்மை பாராட்டுகிறவன் பூமியிலே கிருபையாக நியாயத்தையும், நீதியையும் செய்கிற கர்த்தர் நான் என்று என்னை அறிந்து உணர்ந்து, இருக்கிறதைக் குறித்தே மேன்மை பாராட்டக்கடவன் என்று கர்த்தர் சொல்கிறார். இவைகளின் மேல் பிரியமாய் இருக்கிறேன் என்று கர்த்தர் சொல்கிறார். எரேமியா 9:23, 24.

அவரே பூமியை தம்முடைய வல்லமையினால் உண்டாக்கி, பூச்சகரத்தை தம்முடைய ஞானத்தினால் படைத்து வானத்தை தம்முடைய அறிவினால் விரித்தார். எரேமியா 10:12.

மனுஷன் மேல் நம்பிக்கை வைத்து, மாம்சமானதை தன் புயபலமாக்கி கொண்டு, கர்த்தரை விட்டு விலகுகிற இருதயமுள்ள மனுஷன், சபிக்கப்பட்டவன் என்று கர்த்தர் சொல்கிறார். எரேமியா 17:5.

வேத புத்தகம் ஓர் அறிமுகம்

கர்த்தர் மேல் நம்பிக்கை வைத்து, கர்த்தரைத் தன் நம்பிக்கையாக கொண்டிருக்கிற மனுஷன் பாக்கியவான். எரேமியா 17:7.

ஒவ்வொருவரும் தங்கள் பொல்லாத வழிகளை விட்டு திரும்பி, உங்கள் வழிகளையும் உங்கள் கிரியைகளையும் சீர்படுத்துங்கள் என்கிறார் கர்த்தர். எரேமியா 18:11.

குயவன்

குயவன் மண்பாண்டம் வனைந்தான். அது அவன் கையிலே கெட்டுப் போகிறது. அப்பொழுது அதை திருத்தமாய் செய்யும்படி திரும்ப திரும்ப வேறே பாண்டமாக வனைந்தான். களிமண் குயவன் கையில் இருக்கிறது போல நீங்கள் என் கையில் இருக்கிறீர்கள். எரேமியா 18: 1-6.

நம்மையும் கர்த்தர் பயன்படும் பாத்திரமாக வனைந்து கொண்டிருக்கிறார்.

யூதாவைப் பார்த்து மனம் திரும்பாவிடில், பாபிலோனுக்கு சிறைபிடிக்கப்பட்டு அங்கே அடக்கம் பண்ணப்படுவீர்கள் என்கிறார். எரேமியா 20:6.

மீண்டும், மீண்டும் எரேமியா 40 வருடமாக உபதேசிக்கிறார்.

நீங்கள் நியாயமும், நீதியும், செய்து பிறனை ஒடுக்கிறவனுடைய கைக்கு தப்புவியுங்கள், நீங்கள் பரதேசியையும், திக்கற்றவனையும், விதவையையும் ஒடுக்காமலும், கொடுமை செய்யாமலும், இவ்விடத்தில் குற்றமில்லாத இரத்தத்தை சிந்தாமலும் இருங்கள் என்று எச்சரிக்கிறார். எரேமியா 22:3.

யோசியா ராஜா சிறுமையும், எளிமையுமானவரின் நியாயத்தை விசாரித்தார். அப்பொழுது அவன் சுகமாய் வாழ்ந்தான்.

அப்படி செய்வது அல்லவோ தன்னை அறிகிற அறிவு என்று கர்த்தர் சொல்லுகிறார். எரேமியா 22:14.

யோயாக்கீம் சரியாக ஆட்சி செய்யவில்லை. ஒரு கழுதை புதைக்கப்படுகிற வண்ணமாய் எருசேலமின் வாசல்களுக்கு வெளியே இழுத்து எறிந்து புதைக்கப்படுவான் என்று கூறினார். எரேமியா 22:19.

வாக்குத்தத்தம்

நீங்கள் எதிர்பார்த்திருக்கும் முடிவை உங்களுக்குக் கொடுக்கும்படிக்கு நான் உங்கள் பேரில் நினைத்திருக்கிற நினைவுகளை அறிவேன் என்று கர்த்தர் சொல்லுகிறார். அவைகள் தீமைக்கு அல்ல, சமாதானத்துக் கேதுவான நினைவுகளே. எரேமியா 29:11.

அநாதி சிநேகத்தால் உன்னை சிநேகித்தேன். காருண்யத்தால் உன்னை இழுத்துக் கொள்கிறேன். எரேமியா 31:3.

நான் அவர்கள் அக்கிரமத்தை மன்னித்து, அவர்கள் பாவங்களை இனி நினையாதிருப்பேன். எரேமியா 32:34.

இதோ, நான் மாம்சமான யாவருக்கும் தேவனாகிய கர்த்தர், என்னாலே செய்யக் கூடாத அதிசயமான காரியம் ஒன்றுண்டோ? எரேமியா 32:27.

நான் அவர்களை விட்டு பின் வாங்குவதில்லை என்கிற உடன்படிக்கையை அவர்களோடே பண்ணி, அவர்கள் என்னை விட்டு அகன்று போகாதப்படிக்கு அவர்கள் இருயத்திலே எனக்கு பயப்படும் பயத்தை வைத்து, அவர்களுக்கு நன்மை செய்வேன். எரேமியா 32:40, 41.

என்னை நோக்கி கூப்பிடு அப்பொழுது நான் உனக்கு உத்தரவு கொடுத்து, நீ அறியாததும் உனக்கு எட்டாததுமான பெரிய காரியங்கள் உனக்கு அறிவிப்பேன். எரேமியா 33:3.

வேத புத்தகம் ஓர் அறிமுகம்

சுருக்கம்: நாடுகடத்தப்பட்ட யூதாவிற்கு பாதிரியார்/தீர்க்கதரிசி [Priest/Prophet to Judah around exile (c.586); Famous for his depressive personality [அவரது மனச்சோர்வு ஆளுமைக்கு பிரபலமானவர்].

அதிகாரம் (1-35) வரவிருக்கும் நாடுகடத்தலைப் பற்றி யூதாவுக்கு எச்சரிக்கைகள்

அதிகாரம் (36-38) அதிகாரிகள் எரேமியாவை நிராகரித்தல்

அதிகாரம் (39-45) எருசலேம் அழிக்கப்பட்டு நாடு கடத்தல்

அதிகாரம் (46-52) நாடுகளுக்கு எதிரான தீர்ப்புகள்

முக்கிய பகுதி: 31:31-34 கடவுள் தம்முடைய மக்களின் இதயங்களில் தங்கியிருக்கும் ஒரு புதிய உடன்படிக்கையை முன்னறிவிக்கிறது.

புலம்பல்

எரேமியா, இஸ்ரவேல் மக்களை மனம் திரும்ப அழைத்தார், எச்சரித்தார். ஆனால் அவர்களோ மனம் திரும்பவில்லை, ஏற்றுக் கொள்ளவில்லை. வரப்போகும் பயங்கரமான அழிவை நினைத்து எரேமியா புலம்புகிறது புலம்பல் ஆகும். எருசலேமின் அழிவைப் பற்றிய புத்தகம்.

முக்கிய வசனம்:ஆண்டவர் என்றென்றைக்கும் கைவிடமாட்டார்.புலம்பல் 3:31.

சுருக்கம்: ஆசிரியர் (எரேமியா) எருசலேமின் அழிவை குறித்து புலம்புகிறார்

அதிகாரம் (1-2) எருசலேமின் பாழாக்குதல்

அதிகாரம் (3) துன்பத்தில் நம்பிக்கையின் ஆதாரம் கடவுள்

அதிகாரம் (4-5) அவமதிப்பு மற்றும் மன்னிப்புக்கான முறையீடுகள்
முக்கிய பகுதி: 3:19-26 கடவுளின் கருணையின் அளவு

எசேக்கியேல்

எருசலேம் முற்றுகையின் போதும், முற்றுகைக்கு பின்னரும் எருசலேம் தீர்க்கதரிசிகள் ஊழியத்தை செய்தார்கள். இஸ்ரவேல் ஜனங்கள் தேவனுக்கு பிரியமற்ற வாழ்க்கை வாழ்ந்தனர். விக்கிரக ஆராதனை செய்தனர். எனவே அவர்களை சுற்றியிருந்த புற ஜாதியினரான இராஜ்ஜியங்கள் அவர்கள் மேல் படையெடுக்கும்படி கர்த்தர் செய்தார். எசேக்கியேல் தீர்க்கதரிசி இஸ்ரவேலரை மனம் திரும்பும்படி எச்சரித்தார். இழந்து போன ஆசீர்வாதங்களை திரும்ப பெறும் தீர்க்கதரிசனங்களையும் கூறியுள்ளார். மனம் திரும்பாவிடில் ஒன்றுமே இல்லாத நிலை ஏற்படும் என்று எச்சரித்தார்;. திரும்ப திரும்ப எச்சரித்தார். கீழ்ப்படியாததினால் பாபிலோனியரால், எருசலேம் தேவாலயம் இடிப்பட்டது . எருசலேம் முற்றுகையிடப்பட்டது.இழிவான கீழ் நிலைக்கு நாம் சென்று விடாதிருக்க நமக்கு எச்சரிப்பு சில செய்திகளை அடையாளம் மூலம் ஆண்டவர் எசேக்கியாவை செய்து காண்பிக்க வைத்தார். சிதறடிக்கப்பட்ட இஸ்ரவேல் ஜனங்கள் மீண்டும் ஒன்று சேர்க்கப்பட்டு, தனிநாடாக வருவதை தீர்க்க தரிசனமாக கூறியுள்ளார்.

சமாரியாவை ஆட்சி செய்த இராஜாக்களில் பெரும்பான்மையானோர் பொல்லாதவர்களாய் இருந்தார்கள். மக்களையும் பாவம் செய்ய பண்ணினார்கள். எனவே அசீரீயா நாட்டவரால், வடதிசை ராஜ்யம் சிறைபிடிக்கப்பட்டது. தென்திசை ராஜாக்களில் யோசியா, யோசபாத் கர்த்தருக்கு பயந்தவர்கள் எசேக்கியா யூத மக்களுடன் பாபிலோனுக்கு சிறை கைதியாக எடுத்துச் செல்லப்பட்டார். எசேக்கியா ஆசாரிய வகுப்பை சேர்ந்தவர்.

வேத புத்தகம் ஓர் அறிமுகம்

இஸ்ரவேல் மக்கள் தேவனை விட்டு விட்டு விக்கிரங்களை வணங்கினர். எசேக்கியா அன்பினால் கடுமையாக கண்டித்தார். எனவே அம்மோனியர், மோவாபியர், தீரு நாட்டவர், பெலிஸ்தியர், எகிப்தியர், அசிரியர், பாபிலோனியர் ஆகிய பகைவர்களால் எதிர்க்கப்பட்டு கஷ்டப்பட்டனர். எசேக்கியா காலத்தில் பாபிலோனிய ராஜா நேபுகாத்நேச்சார் இஸ்ரவேலரை சிறைபிடித்து எருசசேலம் பட்டணத்தை முற்றுகையிட்டு அழித்தார். இஸ்ரவேலருக்கு கடவுள் அருளப் போகும் ஆசீர்வாதங்களும், வாக்குத் தத்தங்களும் எசேக்கியா மூலம் முன்னறிவிக்கப்பட்டது.

பாபிலோனியரால் எருசசேலம் ஆலயம் இடிபட்டது. பல செய்திகளை கர்த்தர் எசேக்கியாவை நாடகம், உவமை மூலம் நடித்து காட்டுவதன் மூலம் மக்களை மனம் திரும்ப அழைக்கிறார்.

மக்கள் மனம் திரும்பாத பட்சத்தில் என்ன நடக்கும் என்பதனை எசேக்கியாவை செய்து காட்ட, மிக கடினத்துடன் செய்து காட்டுகிறார். கம்பு, தினை சாப்பாடு, தண்ணீர் மிக குறைந்த அளவு சாப்பிட கட்டளையிட்டார் கர்த்தர். மேலும் மனித கழிவினை மக்கள் கண்களுக்கு முன் சாப்பிட கட்டளையிட்டார். எசேக்கியா 9-12.

செய்து காட்டுதல்

தலைமுடி, தாடியை சிறைத்து தராசிலே நிறுத்து 1/3 பங்கை அக்கினியால் சுட்டெரித்து, 1/3 பங்கை கத்தியாலே வெட்டி 1/3 பங்கை காற்றிலே தூற்றும்படி கூறினார். அவைகளின் பின்னாக நான் பட்டயத்தை உருவுவேன் என்றார்.

இப்படியே முழு எருசலேமுக்கு நியாய தீர்ப்பு இருக்கும் என்பதை விளக்குகிறார். 1/3 பங்கு கொள்ள நோயால் சாவார்கள். 1/3 பங்கு பட்டயத்தால் வெட்டுண்டு விடுவார்கள். 1/3 பங்கு சகல திசைகளிலும் சிதறி போக பண்ணி பின்னே நான் பட்டயத்தை

வேத புத்தகம் ஓர் அறிமுகம்

உருவுவேன் என கர்த்தர் எசேக்கியா தீர்க்கதரிசி மூலம் தீர்க்கதரிசனம் உரைக்கிறார்.

மூட்டை முடிச்சுடன் பயணப்படுவது போல் நடித்தார்.

சிறையிருப்பு போகிறவனைப் போல சுவரில் துவாரமிட்டு சாமான்களை முதுகில் ஏற்றிக் கொண்டு துவாரம் வழியே வெளியே செல்வது போல போனான்.

எருசலேமில் இருக்கிற யாவரும் இப்படியே சுவரிலே துவாரமிட்டு தன் தேசத்தை காணாதபடி தன் முகத்தை மூடிக் கொண்டு சிறைப்பட்டு போவார்கள் என்று கர்த்தர் உரைத்தார்.

பெற்றோர், பிதாக்கள் செய்த பாவத்தினால் பிள்ளைகள் பாதிப்பதில்லை. கர்த்தருக்குள் பிள்ளைகள் நல்லவர்களாக இருக்கும் பட்சத்தில் பிள்ளைகளுக்கு எந்த சாபமும் இல்லை.

பிதாக்கள் திராட்சைக் காய்களை தின்றனர். பிள்ளைகளுக்கு பற்கள் கூசாது. எசேக்கியா 18: 2, 3.

பாவம் செய்கிற ஆத்துமாவே சாகும். குமாரன் தகப்பனுடைய அக்கிரமத்தை சுமப்பதில்லை. எசேக்கியா 18:20.

சமாரியா, எருசலேம் மிகுந்த பாவத்தினால் சீர்கெட்டு இருந்தது. எசேக்கியா 23:4-13.

தீரு அழிந்தது எசேக்கியா தீர்க்கதரிசனம் நிறைவேறியது (எசேக்கியா 26-28)

சீதோன் இன்னும் நின்று கொண்டிருக்கிறது. தீரு இன்னும் கட்டப்படவில்லை. எசேக்கியா 26:14 இனி கட்டப்படாய் என்பது தீர்க்கதரிசனம்.

முக்கிய வசனம்

உங்களுக்கு நவமான இருதயத்தைக் கொடுத்து உங்கள் உள்ளத்திலே புதிதான ஆவியை கட்டளையிட்டு, கல்லான இருதயத்தை உங்கள் மாம்சத்திலிருந்து எடுத்துப் போட்டு,

சதையான இருதயத்தை உங்களுக்கு கொடுப்பேன். எசேக்கியேல் 36:26.

எகிப்துக்கு தீர்க்கதரிசனம்

இனி ஜாதிகளை ஆளாதபடிக்கு அவர்களை குறுகி போகப் பண்ணுவேன்

எசேக்கியா 30:15 முன்பு எகிப்து வலிமை வாய்ந்ததாக இருந்தது.

அசீரியாவின் வீழ்ச்சி குறித்த தீர்க்கதரிசனம். எசேக்கியா 32:22.

சுருக்கம்: நாடுகடத்தப்பட்ட யூதாவுக்கு ஒரு தீர்க்கதரிசி; தானே நாடு வெளியே சென்றார்; அவரது விசித்திரத்தன்மைக்கு பிரபலமானது. [வழக்கத்திற்கு மாறான]

அதிகாரம். (1-24) நாடுகடத்தப்பட்ட எருசலேம் & யூதாவின் கடவுளின் தீர்ப்பை விளக்கும் தேவ வாக்கு

அதிகாரம். (25-32) நாடுகளுக்கு எதிரான தேவ வாக்கு

அதிகாரம் (33-38) யூதா மற்றும் இஸ்ரேலுக்கான நம்பிக்கையின் தேவ வாக்கு அதிகாரம் (39-48) புதிய ஆலயத்தில் வழிபாடு புதுப்பித்தல் திறவுகோல்: 36:24-28 கடவுளின் ஆவி அவருடைய மக்களின் இதயங்களில் குடியிருக்கும

தானியேல்

கடவுளின் வார்த்தைக்கு கீழ்ப்படியாததினால், அவருடைய எச்சரிப்பின் சத்தத்திற்கு செவி கொடாமல் போனதினாலும், இஸ்ரவேல் மக்கள் சிறைபிடிக்கப்பட்டு பாபிலோனுக்கு கொண்டு போகப்பட்டார்கள். அப்போது 17 வயது வாலிபனான

தானியேலும் சிறைபிடிக்கப்பட்டு பாபிலோனுக்கு கொண்டு செல்லப்பட்டார்.

நேபுகாத்நேச்சார், பெல்ஷாத்சார், தரியு ஆகிய மூன்று இராஜாக்களின் காலத்திலும் தானியேல் முக்கிய பிரதானியாக மாகாணம் முழுமைக்கும் இருந்தான்.

தானியேலும் அவன் நண்பர்களும் சகல எழுத்திலும், ஞானத்திலும் அறிவையும், சாமர்த்தியத்தையும் கர்த்தர் கொடுத்தார். தானியேலை சொப்பனங்களுக்கு அர்த்தம் சொல்லும் அறிவுள்ளவனாக்கியிருந்தார்.

ஞானத்தில், அறிவில் தேறின, அறிவில் சிறந்த, கல்வியில் நிபுணரான திறமையான வாலிபர்களை பாபிலோன் ராஜா தன் அரண்மனைக்கு கொண்டு வந்திருந்தார். அவர்களே தானியேலும் அவன் நண்பர்களுமாவார்கள்.

வேத புத்தகம் ஓர் அறிமுகம்

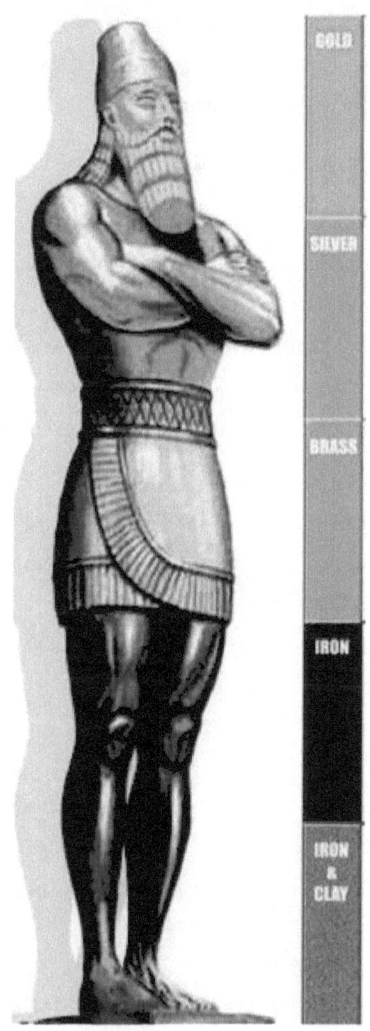

நேபுககாத் நேச்சார் இராஜா கண்ட தரிசனத்தில் உள்ள சிலை

தானியேல் ராஜாவின் சொப்பனத்தையும் அதன் பொருளையும் கூறினான். எனவே ராஜா தானியேலை பாபிலோன் மாகாணம் முழுவதிலும் பாபிலோன் ஞானிகளின் மேலும் பிரதான அதிகாரியாக நியமித்தார். எதிரிகளான பாபிலோனியிரால் சிறைபிடிக்கப்பட்டு வந்தவர்களை தேவன் மாகாணத்திற்கே

வேத புத்தகம் ஓர் அறிமுகம்

அதிபதி ஆக்கியுள்ளார். இவர்களைப் போல் எதிரிகளால், சாத்தனால் பிடிக்கப்பட்டிருந்த உங்களையும் ஆண்டவர் அவர்கள் கண்களுக்கு முன்பாக உயர் பதவியில் உயர்த்துவார்.

தேவன் தானியேலின் நண்பர்களை தப்புவித்தார்

பொற்சிலை ஒன்றினைச் செய்து அதை தேசத்தார் யாவரும் பணியும்படி கட்டளை பிறப்பிக்கப்பட்டது. தானியேலின் நண்பர்களும் தானியேலும் தேவன் ஒருவரே பணியத்தக்க தெய்வம் என்று பொற்சிலையை பணிய மறுத்தனர். எனவே அக்கினி சூளையை 7 மடங்கு சூடாக்கி அதற்குள் தானியேல் நண்பர்கள் மூவரையும் போட்டனர். ஆனால் 4 பேராக உலாவினதை இராஜாவும் மந்திரியும் கண்டனர்.

உன்னதமான தேவனுடைய தாசர்களே வெளியே வாருங்கள் என்று கூறினார். அவர்களுடைய தேவனே தப்புவிக்கிறவர் என்று மக்களுக்கு அறிவித்தார். தற்போதைய சூழலிலும் அக்கினி போன்ற சூழலில் இருந்தால் நமது சூழலிலும் தேவன் நம்மை தப்புவிக்கிறவர். தானியேல் 3:1-29.

சிங்கத்திற்கு தப்புவித்தார்

தரியு இராஜா காலத்தில் தானியேலை குற்றப்படுத்த பிரதானிகளும், தோசாதிபதிகளும் முகாந்தரம் தேடினர். எதுவுமே கிடைக்கவில்லை எனவே வேத விஷயத்தில் குற்றப்படுத்தும் முகாந்தரத்தை கண்டுபிடிக்க முயன்றனர். இராஜாவை தவிர 30 நாள் வரை வேறு யாரையும் வணங்கக் கூடாது என்று கட்டளையிட்டனர். ஆனால் தானியேல் தான் செய்து வந்தபடியே மூன்று வேளையும் முழங்கால் படியிட்டு ஜெபித்து வந்தான். எனவே அவனை சிங்க கெபியில் போட கட்டளையிட பிரமாணம் எழுதி அதில் கையெழுத்தும் இராஜாவிடம் வாங்கினர். இராஜாவுக்கே அது பிரியமில்லை.

இராஜா தானியேலை நோக்கி, நீ இடைவிடாமல் ஆராதிக்கிற உன் தேவன் உன்னை தப்புவிப்பார் என்றார். இரவு முழுவதும் ராஜா தூங்கவில்லை. அதிகாலையில் கெபியின் பக்கம

வேத புத்தகம் ஓர் அறிமுகம்

ராஜா சென்று ஜீவனுள்ள தேவனுடைய தாசனே, நீ இடைவிடாமல் ஆராதிக்கிற உன் தேவன் உன்னை சிங்கங்களுக்கு தப்புவிக்க வல்லவராய் இருந்தாரா? என்று கேட்டார். உடனே தானியேல் பதிலாக என்னை சேதப்படுத்தாதபடிக்கு தேவன் தம்முடைய தூதனை அனுப்பி அவைகளின் வாயைக் கட்டிப் போட்டிருந்தார். ஏனெனில் நான் தேவனுக்கு முன்பாகவும் மற்றும் உமக்கு முன்பாகவும் நீதிகேடு செய்ததில்லை என்றான். தானியேல் மேல் குற்றம் சுமத்தின மக்களை சிங்கம் நொறுக்கி போட்டது. அதன்பின் ராஜாவாகிய தரியு தேசமெங்கும் உள்ள மக்களுக்கு எழுதினது யாதெனில் தேவனுக்கு மட்டுமே பயந்து பணிந்து நடக்க வேண்டும். தானியேலை சிங்கங்களின் கைக்கு தப்புவித்து இரட்சித்த தேவனே தப்புவிக்கிறவரும், இரட்சிக்கிறவருமாம். வானத்திலும், பூமியிலும் அடையாளங்களையும் அற்புதங்களையும் செய்கிறவருமாய் இருக்கிறார் என்று எழுதினார்.

தானியேலை தப்புவித்து இரட்சித்த அதே தேவன் இன்றும் நம்மையும் நாம் இடைவிடாமல் ஆராத்திக்கிற தேவன் தப்புவிப்பார்.

தானியேலுக்கு கர்த்தர் கடைசி காலங்களில் நடக்க இருக்கும் காரியங்களையும் வெளிப்படுத்தியிருந்தார்.

70 வருட பாபிலோன் சிறையிருப்பில் இஸ்ரவேலர் துன்புறுத்தப்பட்டனர். சிறைபிடிக்கப்பட்டு பாபிலோனுக்கு கொண்டு போகப்பட்ட போது தானியேலுக்கு 16 வயது சுமார் 5 மன்னர்களின் கீழ் பிரதம மந்திரியாக பணியாற்றினார். மாபெரும் ஜெப வீரர் பாபிலோனியர், பெரிசியர், மேதியர் மூன்றுவித அரசாட்சிகள் தேவபக்தியற்ற சூழ்நிலைகளில் தானியேல் நீதிமானாக வாழ்ந்தார் என்பது குறிப்பிடத்தக்கது. தீர்க்கதரிசன வரம் பெற்றவர். சொப்பனங்களின் தீர்க்கதரிசி

முக்கிய வசனம்:

தேவனே ஆழமும், மறைபொருளுமானதை வெளிப்படுத்துகிறவர். தானியேல் 2:22.

வேத புத்தகம் ஓர் அறிமுகம்

சுருக்கம்: நாடுகடத்தப்பட்ட ஒரு தீர்க்கதரிசி

அதிகாரம் (1-7) நாடுகளின் தரிசனங்கள் மற்றும் அவர்களின் விதிகள் அதிகாரம் (8-12) இஸ்ரேலின் பார்வை மற்றும் அதன் நம்பிக்கை

முக்கிய பகுதி: 7:13-14 மேசியாவின் தரிசனம்

இந்த சிறிய தீர்க்கதரிசன புத்தகங்களும், தேவனுடைய மக்களின் பாவம்-தேவனின் நியாயத் தீர்ப்பு, பாவத்தினாலே அனைத்தையும் இழந்து விட்டதினால் தேவனுடைய மக்கள் மனம் திரும்பும் போது இழந்து போனதை திரும்பவும் கொடுப்பார் என்பதை குறித்த வாக்குத்தத்தங்கள் அடங்கியுள்ளன.

ஓசியா

தேவனை நேசித்து பின்பற்றுவதை விட்டுவிட்டு பின்வாங்கி போனவர்களுக்கான எச்சரிப்பின் செய்தியும், விக்கிரக ஆராதனை,வேசித்தனம் ஆகிய பாவங்களில் விழுந்திருக்கும் இஸ்ரவேலருக்கு எதிரான கடுமையான நியாயத் தீர்ப்பும், மனம் திரும்புவோருக்கு மீண்டும் இழந்த ஆசிர்வாதங்கள் கிடைக்கும் என்கிற செய்தியும் அடங்கியுள்ளது. தேவனை அறியும் அறிவு, தேவனுக்கு பயப்படும் பயமும் சீரான வேத வாசிப்பு எச்சரிப்பின் வேத வசனத்துக்கு நடுங்கும் இருதயமும் சிந்தையும் நமக்கு வேண்டும்.

யூதா தேசத்தில் உசியா, யோதாம், ஆதாள், எசேக்கியா யெரொபெயாம், நாட்களில் யூதா தேசத்தில் பாவம் பெருகி இருந்தது. ராஜாக்கள் சரியாக ஆட்சி செய்யவில்லை. விக்கிரகங்கள் பெருகியிருந்தது. அந்த நாட்களில் ஓசியா தீர்க்கத்தரிசி மூலம் ராஜாக்களுக்கும் யூதா மக்களுக்கும் கர்த்தர் தீர்க்த் தரிசனம் உரைத்தார்.

ஓசியாவை தவறான வேசி ஒருவளை விவாகம் பண்ணும் படி கூறுகிறார். அவ்விதம் அவன் திருமணம் செய்கிறான். அவள் மீண்டும் சோரம் போகிறாள். அவளை மீண்டும் சேர்த்துக் கொள்ளும்படி கூறுகிறார். இதைப் போலவே யூதா மக்களும் மீண்டும் மீண்டும் சோரம் போகிறார்கள். நான் அவர்களை அன்பினால் சேர்த்துக் கொள்கிறேன் என ஓசியாவுக்கு புரிய வைக்கிறார்.

இன்றும் மீண்டும் மீண்டும் மீறுதல் செய்த நிலையில் இருப்போராக நாம் இருந்தால் அவர் அழைக்கிறார், நேசிக்கிறார் மனம் திரும்புவோம்.

முக்கியவசனம்:

என் ஜனங்கள் அறிவில்லாமையால் சங்காரமாகிறார்கள். ஓசியா 4:6.

சுருக்கம்: வட ராஜ்ஜிய இஸ்ரேலுக்கு தீர்க்கதரிசி

அதிகாரம் (1-3) தீர்க்கதரிசியின் துரோக மனைவி, இருப்பினும் அவர் ஒரு உறுதியான விசுவாசமான கணவர்

அதிகாரம் (4-14) இஸ்ரவேலின் உண்மையயற்ற மக்கள், ஆனால் கடவுள் அவர்களுக்கு ஒரு கணவன் அல்லது தந்தையைப் போல உண்மையுள்ளவராக இருக்கிறார்

முக்கிய பகுதி: 3:1 பாவம் செய்தாலும் கடவுளின் அன்பு

யோவேல்

வெட்டுக்கிளிகளும், பச்சைகிளிகளும், முசுக்கட்டை பூச்சிகளும், பட்சித்த வருஷங்களின் விளைவை உங்களுக்கு திரும்ப அளிப்பேன். யோவேல்: 2:25. யூதா தேச மக்கள் தேவனுக்கு பிரியமற்று வாழ்ந்ததினால் தேவன் யோவேல் தீர்க்கத்தரிசி மூலம் எச்சரிப்பை கொடுக்கவும் மனந்திரும்ப அழைக்கவும் இப்புத்தகம்

வேத புத்தகம் ஓர் அறிமுகம்

எழுதப்பட்டது. மனம் திரும்பிய பட்சத்தில் வெட்டுக்கிளி பட்சித்த வருடங்களில் விளைவை உங்களுக்கு திரும்ப அளிப்பேன் என்று வாக்குத்தத்தம் செய்கிறார். இன்றும் அவ்விதமே மனம் திரும்பினால், கர்த்தர் நாம் இழந்து போன சகல காரியங்களையும் திரும்ப தருவார்.

என் ஜனங்கள் ஒருபோதும் வெட்கப்பட்டு போவதில்லை என்கிறார்.

சுருக்கம்: யூதாவுக்கு ஒரு தீர்க்கதரிசி; 'கர்த்தருடைய நாள்' பற்றி

அதிகாரம் (1-2 till 17th verse) வெட்டுக்கிளிகள் வடிவில் யூதா மீதான தீர்ப்பு; மனந்திரும்புவதற்கு அழைப்பு விடுக்கிறது

அதிகாரம் (2 from 18th verse -3) யூதா இறுதிக் கணக்குப் பார்க்கும் நாளில் இரட்சிக்கப்படுவார்

முக்கிய பத்தி: 2:28-32 தேவன் தம்முடைய நாமத்தைத் தொழுதுகொள்ளுகிற எல்லா ஜனங்கள்மேலும் தம் ஆவியை வைப்பார்.

ஆமோஸ்

ஆமோஸ் தீர்க்கத்தரிசி யூதாவின் ராஜாவாகிய உசியாவின் காலத்தில் பூமி அதிர்ச்சி உண்டாகும் என்று ஆமோஸ் தீர்க்கத்தரிசனம் உரைத்தார்.

பல இஸ்ரவேல் ஜனங்கள் மனமேட்டிமையும், பணச் செருக்கும் உள்ளவர்கள், ஏழைகளை exploit பண்ணுகிறவர்களுக்கு, நீதிமானை ஒடுக்கி, தீமை செய்கிறவர்களுக்கு கர்த்தர் நியாயத் தீர்ப்பு செய்வார் என்கிறார். நீதி வற்றாத நதி போல புரண்டு வரக்கடவது. நியாயம் தண்ணீரைப் போல வரக்கடவது. இல்லாவிடில் உன் பாடல்களின் சத்தத்தை நான் கேட்க மாட்டேன் என்று கர்த்தர் எச்சரிக்கிறார் என்று ஆமோஸ் கூறுகிறார்.

வேத புத்தகம் ஓர் அறிமுகம்

சுருக்கம்: யூதாவின் ஆரம்பகால தீர்க்கதரிசி (c.775); சமூக நீதிக்கு முக்கியத்துவம்

அதிகாரம். (1-2) நாடுகளுக்கு எதிரான தீர்ப்புகள்

அதிகாரம் (3-6) இஸ்ரேலுக்கு எதிரான தீர்ப்பு

அதிகாரம் (7-9) தெய்வீக பழிவாங்கல் ஆனால் இறுதி மறுசீரமைப்பு

முக்கிய பகுதி: 5:21-24 உண்மையான மதம்

ஒபதியா

ஏதோம் பணம் பெருமை என்கிற பாவத்தில் இருந்ததினால் ஒபதியா அதனை எச்சரிக்கிறார்.

பெருமையும் அகந்தையும் உள்ளவர்களுக்கான அழிவு எப்படிப்பட்டது? தேவனுடைய பணிகளுக்கான ஆசிர்வாதம் யாவை? என்பன பற்றி இப்புத்தகம் விளக்குகிறது.

சுருக்கம்: இஸ்ரவேலின் தோல்வியைக் கண்டு மகிழ்ச்சியடைவதற்காக ஏதோம் தேசத்திற்கு எதிரான தீர்ப்பு

அதிகாரம் (1) ஏதோம் மீதான தீர்ப்பு மற்றும் இஸ்ரேலின் இறுதி விடுதலை

முக்கிய பத்தி: 1:15-18 விடுதலைக்கான நம்பிக்கை

யோனா

நினிவேயின் ஜனங்கள் மிக அதிகமாக பாவம் செய்தபடியினால் நினிவேயை அழிக்க போகிறேன். நினிவே ஜனங்கள் மனம்

வேத புத்தகம் ஓர் அறிமுகம்

திரும்பும்படி பிரசங்கப் பண்ணு என்று யோனாவை கர்த்தர் நினிவே பட்டணத்திற்கு அனுப்புகிறார். யோனாவோ கீழ்ப்படியாமல் தர்ஷிசுக்கு கப்பல் ஏறுகிறார் ஆண்டவர் கோபத்தினால் சமுத்திரத்தை கொந்தளிக்கப் பண்ணினார். கப்பலில் இருந்த ஜனங்கள் என்ன காரணம் என்று கேட்க யோனா தான் கர்த்தருக்கு கீழ்ப்படியவில்லை என்றான். கொந்தளிப்பு மிக அதிகமானபடியினால் கப்பலில் இருந்தவர்கள் யோனாவை கடலில் தூக்கி வீசினர். கர்த்தரோ யோனாவை விழுங்க ஒரு பெரிய மீனை ஆயத்தம் பண்ணி வைத்திருந்தார். மீனின் வயிற்றில் 3 நாள் ஜெபித்தான். 3வது நாளில் மீன் அவனை கரையில் கக்கியது. அவன் மீண்டும் நினிவே சென்று கர்த்தரின் கட்டளையின்படி நினிவே மக்களை மனம் திரும்பும்படி பிரசங்கம் செய்தார். மனம் திரும்பாவிடில் நினிவே பட்டணத்தை கர்த்தர் அழிப்பார் என்றார். எனவே ஜனங்கள் மனம் திரும்பினர். எனவே நினிவேயை அழிக்கவில்லை. ஆனால் யோனா கர்த்தர் சொன்னபடி நினிவேயை அழிக்கவில்லை என்று ஒரு ஆமணக்கு செடிக்கு அடியில் படுத்திருந்தார். ஒரு பூச்சி அந்த செடியை தின்றுவிட்டது. அப்பொழுது யோனா நான் உயிரோடு இருக்கிறதை பார்க்கிலும் சாகிறது நல்லது என்றான். உடனே கர்த்தர் யோனாவைப் பார்த்து ஆமணக்கு செடி அழிந்து போனதினிமித்தம் எரிச்சலாய் இருக்கிறது நல்லதோ? என்றார் அவன் ஆம் என்றான். அதற்கு கர்த்தர் ஆமணக்கு செடிக்காக பரிதாபிக்கிறாயே, லட்சத்து இருபதனாயிரம் ஜனங்களுக்காக கர்த்தராகிய நான் பரிதபிக்கிறேன் என்றார். நினிவே ஜனங்கள் மனம் திரும்பினதினால் கர்த்தர் நினிவேயை அழிக்கவில்லை. நாமும் மனம் திரும்பினால் நமக்கும் நல்வாழ்வு கர்த்தர் தருவார்.

முக்கிய வசனம்:

பொய்யான மாயையை பற்றிக் கொள்கிறவர்கள் , தங்களுக்கு வரும் கிருபையை போக்குகிறார்கள். கிருபையை இழந்து போகாமல் இருக்க பாவம் செய்யாதிருக்க நமக்கும் எச்சரிப்பு ஆகும். யோனா 2:8.

சுருக்கம்: நினிவேக்கு (அசிரியாவில்) தீர்க்கதரிசி தப்பி ஓடுகிறார், ஆனால் இறுதியாக கடவுளின் பணியை நிறைவேற்றுகிறார்

அதிகாரம் (1-2) யோனா தப்பி ஓடுகிறார்; மீன் விழுங்கியது, விடுதலை

அதிகாரம் (3-4) யோனா அறிவிக்கிறார், நினிவே மனந்திரும்புகிறது; ஜோனா கேள்வி எழுப்புகிறார்

முக்கிய பத்தி: 3:10-4:4 கடவுள் புறஜாதிகள் மீது இரக்கம் கொண்டவர்

மீகா

யோதாம், ஆகாஸ், எசேக்கியா போன்ற யூத ராஜாக்கள், இஸ்ரவேல்-யூதாவை சரியாக ஆளுகை செய்யவில்லை. தீமைகளை செய்த தலைவர்களுக்கான எச்சரிப்பினை மீகா தீர்க்கதரிசி எச்சரிப்பாக கூறுகிறார். யூதா மக்களின் பாவங்களை உணர்த்தி திருத்துவதற்காக எழுதப்பட்டது. மனம் திரும்பினால் ஆசிர்வாதங்களை திருப்பித் தருவார் என்று நம்பிக்கையூட்டும் வாக்குத்தத்தங்களை கர்த்தர் மீகா மூலம் உரைக்கிறார். வயல்களை இச்சித்து பறித்து வீடுகளை எடுத்துக் கொண்டு ஒடுக்கிறவர்களுக்கு ஐயோ. மீகா 2:2.

மனுஷனே நன்மை இன்னதென்று அவர் உனக்கு அறிவித்திருக்கிறார். நியாயம் செய்து, இரக்கத்தை சிநேகித்து, உன் தேவனுக்கு முன்பாக மனத்தாழ்மையாய் நடப்பதை அல்லாமல் வேறே எண்ணத்தைக் கர்த்தர் உன்னிடத்தில் கேட்கிறார் என்கிறார் மீகா 6:8.

மனம் திரும்பினால் என்றென்றைக்கும் கோபம் வைக்கமாட்டார் கர்த்தர் மீகா. 7:18.

வேத புத்தகம் ஓர் அறிமுகம்

நம்முடைய பாவங்களை மன்னித்து சமுத்திரத்தின் ஆழங்களில் போட்டு விடுவார். மீகா 7:19.

நாம் பாவங்களை அறிக்கையிட்டால் நம்மை மன்னிப்பது மட்டுமல்ல நம் பாவங்களை மறந்து விடுகிறார். சமுத்திரத்தின் ஆழத்தில் நமது பாவங்களை அவர் போட்டுவிட்டார், அது மறைந்தே விடும் என்பதே ஆகும்.

இஸ்ரவேல், யூத மக்களின் பாவபட்டியலை இப்புத்தகத்திலும் காண முடிகிறது. மீகா 1:2, 3:1, 6:2 போன்றவையாகும்.

இஸ்ரவேல் மக்களின் பாவங்களை உணர்த்தி அதன் தண்டனை, நியாயத்தீர்ப்பு குறித்து எச்சரிக்கிறார்.

சுருக்கம்: யூதாவுக்கு ஒரு தீர்க்கதரிசி (c.700)

அதிகாரம் (1-3) இஸ்ரேல் & யூதாவுக்கு எதிரான தீர்ப்பு

அதிகாரம் (4-5) இஸ்ரேலுக்கும் யூதாவுக்கும் நம்பிக்கை

அதிகாரம் (6) யூதாவுக்கு எதிரான கடவுளின் வழக்கு

அதிகாரம் (7) யூதா மற்றும் கடவுளின் மக்களின் இறுதி வெற்றி

முக்கிய பகுதி: 6:6-8 உண்மை மதத்தின் இயல்பு

நாகூம்

யோனா மூலமாக நினிவே மக்கள் மனம் திரும்பினர். பின் *80* ஆண்டுகளுக்கு பின்னர், மீண்டும் பாவத்திற்குள்ளானார்கள். எனவே நாகூம் தீர்க்கதரிசி மூலமாக, கர்த்தர் நினிவே மக்களை அழிப்பேன் என மீண்டும் எச்சரிப்பு கொடுத்தார். கி.மு. *612*ல் நினிவே அழிக்கப்பட்டது.

வேத புத்தகம் ஓர் அறிமுகம்

பிறரை புண்படுத்துகிறவர்களுக்கு தண்டனை உண்டு என்று நாகூம் கூறுகிறார். பெருமை உள்ளவர்களுக்கு கர்த்தர் எதிர்த்து நிற்கிறார்.

வாக்குத்தத்தம்:- கர்த்தர் நல்லவர், இக்கட்டு நாளிலே அரணான கோட்டை, தம்மை நம்புகிறவர்களை அறிந்திருக்கிறார்.

யூத ராஜாக்கள் மோசமாக இருந்தனர். அக்கிரமும், அநீதியும் நிறைந்ததாய் இருந்தது. ஆபகூக் தீர்க்கத்தரிசி மூலம் பாபிலோனியரை, கல்தேயரை அனுப்பி தண்டிப்பதாக கர்த்தர் தீர்க்கதரிசினம் கூறுகிறார்.

துன்மார்க்கமாக வாழ்ந்த மக்களுக்கு தண்டனை உண்டு. தேவனுடைய மக்களை துன்புறுத்துகிறவர்களுக்கு பயங்கர அழிவு உண்டு.

செப்பனியா: பாவம் பெருகியிருந்த காலத்தில் செப்பனியா தீர்க்கதரிசி பெருமையுடன், சிறுமைப்பட்டவர்களை கொடுமைப்படுத்தியவர்கள் மீது தேவ கோபம் உண்டாகும் என தீர்க்கதரிசனம் கூறுகிறார்.

வாக்குத்தத்தம்: கர்த்தர் உன் ஆக்கினைகளை அகற்றி, உன் சத்துருக்களை விலக்கினார். இஸ்ரவேலின் ராஜாவாகிய கர்த்தர் உன் நடுவில் இருக்கிறார். இனி தீங்கைக் காணாதிருப்பாய்.

சுருக்கம்: அசீரியாவின் தலைநகரான நினிவேயின் அழிவை தீர்க்கதரிசி முன்னறிவித்தார் *(c. 612)*

அதிகாரம் *(1-3)* நினிவேயின் தீர்ப்பு; முன்னறிவிக்கப்பட்ட அழிவு;

யூதா எதிரிகளை வீழ்த்துவதில் மகிழ்ச்சி அடைவார்கள்

முக்கிய பகுதி: *1:12-15* கடவுள் தம்முடைய மக்களின் எதிரிகளை அழித்து அவர்களுக்கு பாதுகாப்பைக் கொடுப்பார்

ஆபகூக்

விசுவாச போராட்டமும், ஜெயமும் ஆபகூக் தீர்க்கதரிசி தரிசனமாய் கண்ட பாரம்

முக்கிய வசனம் ஆண்டவராகிய கர்த்தர் என் பெலன் ஆபகூக் 3: 19.

சுருக்கம்: பாபிலோனின் உயர்வை முன்னறிவிக்கிறது

அதிகாரம் (1) யூதாவின் பாவங்கள், பாபிலோன் அவர்களை தண்டிக்கும் அதிகாரம் (2) பாபிலோன் புனிதமற்றது; இறுதியாக தண்டிக்கப்படுவார்கள் அதிகாரம் (3) Mg$க்கின் பிரார்த்தனை: கடவுள் மீது அவர் நம்பிக்கை

முக்கிய பகுதி: 2:4 கடவுளின் மக்கள் விசுவாசத்தால் வாழ்கிறார்கள்

முக்கிய வசனம்: ஆபகூக் 3:19

செப்பனியா

செப்பனியாவின் தீர்க்கதரிசனம் தேவ தயவு மற்றும் கண்டிப்பு இதில் காணப்படுகிறது.

சுருக்கம்: யூதாவுக்கு ஒரு தீர்க்கதரிசி ;

யூதா மற்றும் நாடுகளின் 'கர்த்தருடைய நாள்' பற்றி

அதிகாரம் (1-3) யூதா மற்றும் நாடுகள் மீதான தீர்ப்பு

அதிகாரம் (39-20) இறுதி மறுசீரமைப்பு

முக்கிய பத்தி: 3:14-17 மீட்புக்கான நம்பிக்கை

முக்கிய வசனம்: செப்பனியா 3:15

ஆகாய்

பாபிலோனிய சிறையிலிருந்து மீண்டு வந்த பின் ஆலயம் கட்டி முடிக்கப்படாமல் இருந்தது. அதனை கட்டி முடிக்க வேண்டும் என்ற தீர்க்கதரிசனம் ஆகாய் தீர்க்கதரிசி மூலம் கொடுக்கப்பட்டது.

ஆசிர்வாத குறைவு உள்ளது. பொத்தலான பையிலே போடுகிறவனாய் சம்பாதிக்கிறாய். ஆகாய் 1:6.

வாக்குத்தத்தம்:

முந்தின ஆலயத்தின் மகிமையைப் பார்க்கிலும், இந்த பிந்தின ஆலயத்தின் மகிமை பெரிதாயிருக்கும் என்று சேனைகளின் கர்த்தர் சொல்லுகிறார். ஆகாய் 2:9.

வெள்ளியும் என்னுடையது, பொன்னும் என்னுடையது ஆகாய் 2:8

உன்னை முத்திரை மோதிரமாக வைப்பேன். ஆகாய் 2:23.

சுருக்கம்: நாடுகடத்தலுக்குப் பிந்தைய தீர்க்கதரிசி, தேவாலயம் மீண்டும் கட்ட மக்களை அழைக்கிறார்

அதிகாரம் (1) ஆலயத்தை மீண்டும் கட்டுவதற்கான அறிவுரை

அதிகாரம் (2) ஆலயம் மற்றும் கடவுளின் மக்களுக்கு எதிர்கால நம்பிக்கை

முக்கிய பகுதி: 2:6-9 தேவாலயத்தின் எதிர்கால மகிமை

முக்கிய வசனம்: ஆகாய் 2:9

சகரியா

சிறையிருப்பிலிருந்து திரும்பிய பின் ஆலயம் கட்டப்பட்டு நிறைவு பெற்றது. ஆலயம் கட்டப்பட்ட பின் சகரியா கூறிய தீர்க்கதரிசன செய்திகள் இதில் அடங்கியுள்ளது. பாபிலோனிலிருந்து மீண்டு வந்து, எருசலேம் ஆலயம் கட்டி முடிக்க சகரியா உற்சாகப்படுத்துகிறார். ஜனங்களை தங்கள் பொல்லாத வழிகளை விட்டு திரும்பும்படி எச்சரிக்கிறார்.

வாக்குத்தத்தம்: 'நான் அதற்கு சுற்றிலும் அக்கினி மதிலாய் இருந்து அதின் நடுவில் மகிமையாக இருப்பேன் என்று கர்த்தர் சொல்கிறார். சகரியா 2:6

பலத்தினாலும் அல்ல, பராக்கிரமத்தினாலும் அல்ல, என்னுடைய ஆவியினாலே ஆகும் என்று சேனைகளின் கர்த்தர் சொல்கிறார். சகரியா 4:6.

சுருக்கம்: நாடுகடத்தப்பட்ட தீர்க்கதரிசி; யூதாவின் நம்பிக்கை

அதிகாரம். (1-8) தேவனுடைய நீதியான நியாயத்தீர்ப் தேவ வாக்கு / அருள் வெளிப்பாடு

அதிகாரம். (9-14) எதிர்கால மறுசீரமைப்பு மற்றும் மகிமைக்கான நம்பிக்கை

முக்கிய பகுதி: 14:1-11 எருசலேமின் நித்திய நம்பிக்கை

மல்கியா

ஆலயம் கட்டப்பட்ட பின் மக்கள் பின் வாங்கி போனார்கள். அவர்களை மனம் திரும்புங்கள் என்று மல்கியா தீர்க்கதரிசனம் உரைக்கிறார்.

வேத புத்தகம் ஓர் அறிமுகம்

'தேவனிடத்தில் திரும்புங்கள், வழிகளை சீர்படுத்துங்கள் அப்பொழுது தேவன் ஆசிர்வதிப்பார் என்பது முக்கிய செய்தியாகும்

கர்த்தருடைய வார்த்தையின் பாரம், மல்கியா அதனை கூறுகிறார். ஊனமானதை படைக்கறீர்கள், சகோதரருக்கு துரோகம் பண்ணுகிறீர்கள். எனவே உங்கள் ஆசிர்வாதத்தை, சாபமாக்குவேன் என்கிறார். மல்கியா 2:2.

God hate divorce தள்ளி விடுதலை நான் வெறுக்கிறேன். மல்கியா 2:16.

எனக்குப் பயப்படாமல் விதவைகளும், திக்கற்ற பிள்ளைகளுமாகிய கூலிக்காரரின் கூலியை அபகரித்துக் கொள்கிறவர்களுக்கும், பரதேசிக்கு அநியாயம் செய்கிறவர்களுக்கும் விரோதமாய், தீவிரமான சாட்சியாய் இருப்பேன் என்று சேனைகளின் கர்த்தர் சொல்கிறார். மல்கியா 3:5

முக்கிய வசனம்: நான் கர்த்தர் நான் மாறாதவர். மல்கியா 3:6

சுருக்கம்: நாடுகடத்தப்பட்ட தீர்க்கதரிசி; அவர்களின் மறுசீரமைப்பு இருந்தபோதிலும் நாட்டின் துரோகம்

அதிகாரம். (1-2 till 16th verse) பாதிரியார்கள் (Priests) மற்றும் மக்கள் துரோகம்

அதிகாரம். (2-4) கர்த்தர் வந்து நியாயந்தீர்ப்பார்:

முக்கிய பகுதி: 3:1-4 யோவான்ஸ்நானன் (John the Baptist) வருகை

புதிய ஏற்பாடு

NEW TESTAMENT - 27 BOOKS

GOSPELS & ACTS - 5	PAUL'S EPISTLES (LETTERS) - 13		GENERAL EPISTLES & REVELATION - 9
MATTHEW	ROMANS	1 THESSALONIANS	HEBREWS
MARK	1 CORINTHIANS	2 THESSALONIANS	JAMES
LUKE	2 CORINTHIANS	1 TIMOTHY	1 PETER
JOHN	GALATIANS	2 TIMOTHY	2 PETER
ACTS	EPHESIANS	TITUS	1 JOHN
	PHILIPPIANS	PHILEMON	2 JOHN
	COLOSSIANS		3 JOHN
			JUDE
			REVELATION

புதிய ஏற்பாடு

இயேசு கிறிஸ்து பரலோகிலிருந்து, மரியாள் வயிற்றில் பரிசுத்த ஆவியால் உருவாகி பிறந்தது முதல், அவருடைய அற்புதங்கள், உபதேசங்கள், சிலுவைப்பாடுகள், உயிர்த்தெழுதல், பரமேறுதல் வரை புதிய ஏற்பாட்டில் அடங்கியுள்ளது. யோவான் மூலம் வெளிப்படுத்தின விசேஷம் எழுதப்பட்டுள்ளது. இயேசு கிறிஸ்து பவுலுக்கு காட்சி கொடுத்தார். அவர் அவருடைய அப்போஸ்தலனாக வாழ்ந்தார். 13 நிருபங்கள் பவுல் மூலம் எழுதப்பட்டுள்ளது. கிருபையினால், விசுவாசத்தைக் கொண்டு நீதிமான்களாகிறோம், தொடர்ந்து கிருபையினால் பரிசுத்த ஆவியின் ஒத்தாசையோடு, பாவத்தை மேற்கொண்டு வாழ கிருபை நமக்கு உண்டு என்பதனை தீர்க்கமாக அவரது நிருபங்களில் எழுதியுள்ளார். உயிர்த்தெழுந்த இயேசு கிறிஸ்துவுக்கு சாட்சியாக வாழ வேண்டும் என்பதே அவரது உபதேசமாகும்.

வேத புத்தகம் ஓர் அறிமுகம்

மத்தேயு, மாற்கு, லூக்கா யோவான் என்ற இயேசு கிறிஸ்துவின் சீடர்களால் இந்த 4 சுவிஷேசங்கள் எழுதப்பட்டுள்ளது. யோவான் என்பவர் யோவான் மற்றும் 3 யோவான் நிருபங்கள், வெளிப்படுத்திய விசேஷம் என்பவற்றை எழுதியுள்ளார்.

மத்தேயு, மாற்கு, லூக்கா, யோவான் 4 பேர்கள் எழுதிய சுவிசேஷங்கள் அவர்களது பெயர்களினாலேயே அழைக்கப்படுகின்றன.

மத்தேயு

மத்தேயு என்பவர் வரி வசூலிக்கும் துறையில் அதிகாரியாக பணியாற்றியவர். இயேசு கிறிஸ்து மத்தேயுவை கண்டு, என்னை பின்பற்றி வா என அழைத்தார். மத்தேயு ஆண்டவருடைய சீடனாய் வாழ்ந்தார்.

மத்தேயு சுவிசேஷத்தில் இயேசு கிறிஸ்து செய்த 28 அற்புதங்கள் இடம் பெற்றுள்ளன. இயேசு கிறிஸ்து இராஜாவாக சித்தரித்து காட்டப்பட்டிருக்கிறார். 13ம் அதிகாரத்தில் பரலோக இராஜ்ஜிய உவமைகள், விதைக்கிறவன், களைகள், கடுகு விதை, புளித்த மாவு, புதையல், முத்து, வலை, போன்றவை அடங்கியுள்ளன. 18ம் அதிகாரத்தில் காணாமல் போன ஆட்டின் உவமை, 20ம் அதிகாரத்தில் திராட்சை தோட்டத்து வேலையாட்களை பற்றிய உவமை உள்ளது.

25ம் அதிகாரத்தில் 10 கன்னிகைகள் உவமை, தாலந்துகள் உவமை உள்ளது.

27ம் அதிகாரம் கிறிஸ்து சிலுவையில் அறையப்படுதல்.

28ம் அதிகாரம் இயேசுவின் உயிர்தெழுதல் முதல், இயேசு சீடர்களுக்கு கொடுத்த இறுதிக் கட்டளை வரை இடம் பெற்றுள்ளது.

வேத புத்தகம் ஓர் அறிமுகம்

முக்கிய வசனம் மத்தேயு 28:20

"நான் உங்களுக்குக் கட்டளையிட்ட யாவையும் அவர்கள் கைக்கொள்ளும்படி அவர்களுக்கு உபதேசம் பண்ணுங்கள்; இதோ, உலகத்தின் முடிவுபரியந்தம் சகல நாட்களிலும் நான் உங்களுடனேகூட இருக்கிறேன் என்றார்." மத்தேயு 28:20

Parable of Jesus

The Lamp

எழும்பி பிரகாசி

இயேசு கிறிஸ்துவை ஏற்றுக்கொண்ட நமக்குள் பரிசுத்த ஆவியானவர் இருக்கிறார், வீட்டிலும், பணிசெய்யும் இடத்திலும் பள்ளி, கல்லூரியிலும், அவருடைய இயல்பை வெளிப்படுத்த அழைக்கப்பட்டிருக்கிறோம். மலைமேல் இருக்கிற பட்டணம் மறைந்திருக்காது.

I am the light of the world என்ற நம் அப்பா இயேசுவின் ஒளியை அனைவருக்கும் காட்டுகிற கலங்கரை விளக்கு நாமே. நாம் வெளிச்சத்தின் பிள்ளைகள் இருளின் இராஜ்ஜித்திலிருந்து நம்மை தம் அன்பின் குமாரனின் இராஜ்ஜியத்துக்குள் கொண்டு வந்திருக்கிறார். நீதிக்கேற்க விழித்துக்கொண்டு சாட்சியை காத்துக்கொண்டு ஒளியாக விளக்குவோம்.

Parable of wheat

கோதுமையை விதைக்கும் போது சத்துரு களையையும் விதைத்து விடுகிறான். இரண்டும் வளருகிறது. அறுப்பு காலத்தில் களைகளை தனியே பிடுங்கி சுட்டெரிப்பார்கள்.

கோதுமைகள் களஞ்சியங்களில் சேர்க்கப்படுகிறது

விதை உவமை

நான்கு விதமான நிலங்கள்

வேத புத்தகம் ஓர் அறிமுகம்

வழியருகில் விதைக்கப்பட்ட விதை

வசனத்தைக் கேட்டவுடனே, வேதம் வாசித்து முடித்தவுடனே அந்த வார்த்தை மறந்து விடும். சத்துரு மறக்கப்பண்ணிவிடுவான்

கற்பாறை நிலத்தில் விதைக்கப்பட்ட விதை

அதிக மண் இல்லாததினால், வசனத்தை கேட்டவுடனேயே ஏற்றுக்கொண்டு, உபத்திரவம், துன்பம் வந்தவுடன், இடறல் அடைவது ஆகும்

முள்ளுள்ள நிலத்தில் விதைக்கப்பட்ட விதை

முள்ளுள்ள இடத்தில் விதைக்கப்பட்ட விதை உலக கவலை ஐஸ்வரியத்தின் மயக்கம் இவைகள் நெருக்கி விடுவதினால் வளர முடிவதில்லை

நல்ல நிலம்

நல்ல நிலத்தில் விதைக்கப்பட்ட விதை 100,60,30 ஆக பலன் தரும்

நாம் நல்ல நிலம் ஆகவே 100 ஆக பலன் கொடுப்போம்.

Parable of wide and Narrow gate Mathew 7;13,14 இடுக்கமான வாசல் நித்திய ஜீவனுக்கானது. கேட்டுக்குப் போகிற வாசல் விரிவும் வழி விசாலமுமாய் இருக்கிறது

Parable of mustard seed

கடுகு விதை சிறியதாக இருந்தும் அது வளர்ந்த பின் பெரிதாகி, ஆகாயத்துப் பறவைகள் அதின் கிளைகளில் வந்து அடையத் தக்கதாக மரமாகும்

அதுபோல கர்த்தருடைய பிள்ளைகள் அநேகருக்கு ஆசிர்வாதமாக இருப்பார்கள்

வேத புத்தகம் ஓர் அறிமுகம்

Parable of pearl

வியாபாரி முத்து இருப்பதை கண்டு, தனக்கு உண்டான யாவற்றையும் விற்று அந்த முத்தை வாங்குகிறார்.

இயேசு கிறிஸ்து தனது கடைசி சொட்டு இரத்தம் வரை சிலுவையில் சிந்தி விலைக்கிரயம் கொடுத்து முத்தாக நம்மைக் கண்டு தனக்கு சொந்தமாக மீட்டுக்கொண்டார்

நாம் பலருக்கு ஆசிர்வாதமான முத்து நாம் பலரை ஆண்டவருக்கு வழி நடத்தும் விலையேப்பெற்ற முத்து நாம்.

Heart of Man

மத்தேயு 15:19 மனுஷனுடைய இருதயத்தில் இருந்து பொல்லாத சிந்தனைகளும் கொலை பாதகங்களும், விபச்சாரங்களும் வேசித்தனங்களும், களவுகளும், பொய் சாட்சிகளும், தூஷணங்களும் புறப்பட்டு வரும் ஆதாமின் பாவ சுபாவம் நீக்கப்பட்டு கிறிஸ்துவின் சுபாவம் நமக்குள் வந்துவிடுகிறது. அவரைப்போல மாறவே நம்மை அழைத்திருக்கிறார்

2 கொரிந்தியர் 5:17 ஒருவன் கிறிஸ்துவுக்குள் இருந்தால், புது சிருஷ்டியாய் இருக்கிறான் பழையவைகள் ஒழிந்து போயின. எல்லாம் புதிதாயின

இருளின் இராஜ்ஜியத்தில் இருந்து அவருடைய ஒளியின் இராஜ்ஜியத்துக்குள் வரவழைக்கப்பட்டு விட்டோம்.

அவர் இருக்கிற பிரகாரமாகவே அவரது இயல்பில் இருக்கிறோம்.

வேத புத்தகம் ஓர் அறிமுகம்

காணாமல் போன ஆடு உவமை

ஒரு மனுஷனுக்கு 100 ஆடுகள் இருந்தன, அதில் ஒன்று காணாமல் போனது

அந்த மேய்ப்பன் 99 ஆடுளையும் மலையில் விட்டு விட்டு, காணாமல் போன ஆட்டை தேடி கண்டு பிடித்து தோளில் தூக்கி வந்து பிறருடன் மகிழ்வடைகிறான்.

அவரை விட்டு விட்டு தூரம் சென்ற நம்மை மீண்டும் தேடி அன்பு செய்கிற நல்ல மேய்ப்பன். அநாதி சிநேகத்தால் சிநேகிக்கும் தேவன்.

ஒருவரும் கெட்டுப் போவது தேவ சித்தமல்ல

Parable of Talents

தூர தேசத்துக்கு பிரயானமாய் போகிற மனுஷன், தன்ஊழியக்காரை அழைத்து, தன் ஆஸ்திகளை 5 தாலந்து, 2 தாலந்து, 1 தாலந்து என்று பிரித்து கொடுத்து விட்டு சென்றார்

திரும்பி வந்த போது 5 தாலந்தை வாங்கினவன் 10ஆகவும். 2 தாலந்தை வாங்கினவன் 4 ஆகவும் பெருக்கியிருந்தார்கள். ஆனால், 1 தாலந்தை வாங்கினவன் மண்ணில் புதைத்து வைத்திருந்தான்.

1 தாலந்தை வாங்கி 5 ஐ10ஆக மாற்றியிருந்தவனிடம் கொடுத்தார்

தாலந்துகள் ஆண்டவரண்டையில் பிறரை நடத்துவதற்காக கிருபையாக கொடுக்கப்பட்டுள்ளது புதைத்து வைக்கக்கூடாது பெருமைப்பட அல்ல கிருபையாக கொடுக்கப்பட்டவைகள்.

சுருக்கம்: யூதர்களுக்கான நற்செய்தி (5 பிரிவுகளில்)

அதிகாரம் (1-4) பிறப்பு, வம்சாவளி, யோவான்ஸ்நானகன் (John the Baptist)

வேத புத்தகம் ஓர் அறிமுகம்

அதிகாரம். (5-7) மலைப்பிரசங்கம்

அதிகாரம் (8-9) அதிகாரம் மற்றும் அழைப்பு

அதிகாரம் (10) சீடர்களின் பணி

அதிகாரம் (11-12) உலகத்தால் நிராகரிப்பு

அதிகாரம் (13) ராஜ்யத்தின் உவமைகள்

அதிகாரம் (14-17) சீடர்களின் ஒப்புதல் வாக்குமூலம்

அதிகாரம் (18) சமூகம்

அதிகாரம் (19-22) அதிகாரம் மற்றும் அழைப்பு

அதிகாரம். (23-25) துயரங்கள், ராஜ்யத்தின் வருகை

அதிகாரம். (26-28) மரணம் மற்றும் உயிர்த்தெழுதல்

முக்கிய பகுதி: 5-7 ராஜ்யத்தின் புதிய வாழ்க்கை

மாற்கு

மாற்கு சுவிசேஷம் எழுதியவர் மாற்கு. இந்த சுவிசேஷத்தில் இயேசு செய்த 18 அற்புதங்கள் இடம் பெற்றுள்ளன. இயேசு கூறிய 9 உவமைகள் உள்ளன. மரியாள் இயேசுவுக்கு பரிமள தைலம் பூசிய சம்பவம் மாற்கு 14ல் இடம் பெற்றுள்ளது.

இயேசு கிறிஸ்துவின் சிலுவைப்பாடுகளும், உயிர்த்தெழுதலும், கிறிஸ்து பரமேறி செல்லுதலும் 15, 16 அதிகாரங்களில் உள்ளன.

முக்கிய வசனம் மாற்கு 11:23, மாற்கு 16: 15 முதல் 20.

எவனாகிலும் இந்த மலையைப் பார்த்து: நீ பெயர்ந்து சமுத்திரத்திலே தள்ளுண்டுபோ என்று சொல்லி தான் சொன்னபடியே நடக்கும் என்று தன் இருதயத்தில்

வேத புத்தகம் ஓர் அறிமுகம்

சந்தேகப்படாமல் விசுவாசித்தால் அவன் சொன்னபடியே ஆகும் என்று மெய்யாகவே உங்களுக்குச் சொல்லுகிறேன். மாற்கு 11:23.

சுருக்கம்: ரோமர்களுக்கான நற்செய்தி

அதிகாரம் (1-6) கலிலேயாவில் இயேசுவின் ஊழியம் (வடக்கு பாலஸ்தீனம்) அதிகாரம். (7-10) இயேசு புறஜாதிகளுக்கும் எருசலேமுக்கும் செல்கிறார் அதிகாரம் (11-16) பேரார்வம் (passion of the christ), மரணம் மற்றும் உயிர்த்தெழுதல்

முக்கிய பகுதி: 15:33-37 இயேசுவின் முழு சுயபலி

லூக்கா

லூக்கா ஒரு மருத்துவர். இயேசு கிறிஸ்துவின் இரக்கம், தயவு, கருணை அன்பு போன்ற தன்மைகளை வெளிப்படுத்தி எழுதியுள்ளார். 19ம் அதிகாரத்தில் சகேயுவை சந்திக்கிறார் இயேசு.

24ம் அதிகாரத்தில் உயிர்த்தெழுந்த கிறிஸ்து எம்மாவூரில் இரண்டு சீடர்களை சந்தித்தது இடம் பெற்றுள்ளது.

முக்கிய வசனங்கள்:

லூக்கா 1:37, லூக்கா 1:71, லூக்கா 10:19.

தேவனாலே கூடாத காரியம் ஒன்றுமில்லை என்றான். லூக்கா 1:37

உங்கள் சத்துருக்களின் கைகளினின்று நீங்கள் விடுதலையாக்கப்பட்டு, உயிரோடிருக்கும் நாளெல்லாம் பயமில்லாமல் எனக்கு முன்பாகப் பரிசுத்தத்தோடும், நீதியோடும் எனக்கு ஊழியஞ்செய்யக் கட்டளையிடுவேன் என்று. லூக்கா 1:71

வேத புத்தகம் ஓர் அறிமுகம்

இதோ சர்ப்பங்களையும், தேள்களையும் மிதிக்கவும், சத்துருவினுடைய சகல வல்லமையையும் மேற்கொள்ளவும் உங்களுக்கு அதிகாரங் கொடுக்கிறேன்; ஒன்றும் உங்களைச் சேதப்படுத்தமாட்டாது. லூக்கா 10:19

Parable of Fig tree: லூக்கா 13:6 to 9

அத்தி மரம் மூன்று வருடமாக கனி கொடுக்கவில்லை .

அத்தி மரத்தை நட்டவன் தோட்டக்காரனை நோக்கி இந்த மரத்தை வெட்டிப் போடு கனி ஒன்றுமே இதில் இல்லை என்றார்.

அதற்கு அவர் ஐய்யா இந்த வருடம் இந்த மரம் இருக்கட்டும் . நான் இதை சுற்றிலும் கொத்தி எரு போடுகிறேன்.கனி கொடுத்தால் சரி

கனி கொடா விட்டால் இதை வெட்டி போடலாம் என்றார்.

அது போல நம்மிடம் கர்த்தர் நற்குணமாகிய கனியை எதிர் பார்க்கிறார்

யோவான் 15:5 to 8

கிறிஸ்துவில் நிலைத்திருந்தால் மட்டுமே கனி கொடுக்க முடியும்.

கனி இல்லாத பாவ வாழ்க்கையை வெறுத்து விட வேண்டும்.

பரமன் விரும்பும் கனி நிறைந்த வாழ்வு வாழ வேண்டும் என்றால் அவரில் நிலைத்திருப்போம்.

_சுருக்கம்:_ சுவிசேஷம் விவரங்களுக்கு தனித்துவமான கவனம்

அதிகாரம் (1-2) ராஜ்யத்தின் வருகை & மேசியா

அதிகாரம் (3-9) கலிலேயாவில் ஊழியம் ஆரம்பம் [till 50 th verse]

அதிகாரம் (9-19) எருசலேமுக்கு இயேசுவின் பயணம்; கிறிஸ்தவ வழியில் போதனை [from 51st verse to 27 th verse on the 19 th chapter]

வேத புத்தகம் ஓர் அறிமுகம்

அதிகாரம் (19-24) இயேசுவை நிராகரித்தல், சிலுவையில் தியாகம், உயிர்த்தெழுதல் [from 28 th verse]

முக்கிய பாதை: 24.1-8 ஈஸ்டர் காலை

யோவான்

இயேசு கிறிஸ்துவின் அன்பினால் ஈர்க்கப்பட்டவர் யோவான். 'பத்மூ' என்னும் தீவுக்கு நாடு கடத்தப்பட்டார். இவர் யோவான் சுவிசேஷம் மற்றும் யோவான் நிருபங்கள் (3) மற்றும் வெளிப்படுத்தின விசேஷம் என்பவைகளை எழுதியுள்ளார்.

4ம் அதிகாரத்தில் சமாரிய ஸ்திரி ஆண்டவரை சந்தித்தார்.

முக்கிய வசனம் யோவான் 10:10

திருடன் திருடவும், கொல்லவும், அழிக்கவும் வருகிறானேயன்றி வேறொன்றுக்கும் வரான். நானோ அவைகளுக்கு ஜீவன் உண்டாயிருக்கவும் அது பரிபூரணப்படவும் வந்தேன்.யோவான் 10:10

முக்கிய அதிகாரம் யோவான் 15.

சுருக்கம்: இயேசு கிறிஸ்து மற்றும் இயேசு கிறிஸ்து வேலை பற்றிய இறையியல் முக்கியத்துவம் கொண்ட நற்செய்தி

அதிகாரம் (1) ஊழியத்தின் முன்னுரை மற்றும் ஆரம்பம்

அதிகாரம் (2-11) நமது இறைவனின் அடையாளங்கள் மற்றும் சொற்பொழிவுகள்

அதிகாரம் (12) எருசலேமுக்குள் நுழைதல்

அதிகாரம் (13-17) துரோகத்திற்கு முன் இறுதி சொற்பொழிவு

அதிகாரம் (18-19) கைது, தண்டனை, சிலுவையில் அறையப்படுதல்

வேத புத்தகம் ஓர் அறிமுகம்

அதிகாரம் (20-21) உயிர்த்தெழுதல்

முக்கிய பகுதி: 14: 1-14 இயேசு பிதாவை வெளிப்படுத்துகிறார் மற்றும் விசுவாசிகளை அவரிடம் வழிநடத்துகிறார்

அப்போஸ்தலனாகிய பவுல் எழுதிய நிருபங்கள் 13.

அதில் 7 கிறிஸ்தவ திருச்சபைகளுக்கு எழுதப்பட்டன. 4 நிருபங்கள் தனி நபர்களுக்கு எழுதப்பட்டன. பவுல் சுவிசேஷத்திற்காக சிறையில் அடைக்கப்பட்டிருந்த போது எழுதிய நிருபங்கள் 'சிறைச்சாலை நிருபங்கள்' அவை எபேசியர், கொலோசேயர், தெசலோனிக்கேயர், தீமோத்தேயு, பிலேமோன் என்பவையாகும்.

நிருபங்களின் பெயர்கள்

ரோமர், 1 கொரிந்தியர், 2 கொரிந்தியர், கலாத்தியர், எபேசியர், பிலிப்பியர், கொலோசேயர், 1 தெசலோனிக்கேயர், 2 தெசலோனிக்கேயர், 1 தீமோத்தேயு, 2 தீமோத்தேயு, தீத்து, பிலேமோன் ஆகும்.

பவுல் ஆவிக்குரிய சத்தியங்கள், போதனைகள், வாழ்க்கைக்கான போதனைகள் நடைமுறை ஆலோசனைகள், எச்சரிப்பின் செய்திகள் எழுதியிருக்கிறார்.

தீமோத்தேயு, தீத்து, நிருபங்களில் கிறித்தவ தலைவர்கள், குறிப்பாக சபைத் தலைவர்களின் பொறுப்புகளைப் பற்றி எழுதியிருக்கிறார்.

கருத்து ஆழம் மிக்கவைகளை தெரிந்து எடுத்து அடிக்கடி வாசியுங்கள்

ரோமர் 5:1-11 ;1 கொரிந்தியர் 3:10-15; 2 கொரிந்தியர் 1:3-10; கலாத்தியர் 5:16-25; எபேசியர் 1:15-23; பிலிப்பியர் 2:5-11; கொலோசெயர் 3:12-17; 1 தெசலோனிக்கேயர் 2:1-3; 2 தெசலோனிக்கேயர் 2:13-17;

வேத புத்தகம் ஓர் அறிமுகம்

1 தீமோத்தேயு 2:1-6;   2 தீமோத்தேயு 2:1-7;   தீத்து 2:12-14;   பிலிப்பியர் 14-21.

அப்போஸ்தல நடபடிகள்

அப்போஸ்தல நடபடிகள்   லூக்கா   என்பவரால் எழுதப்பட்டது. லூக்கா, லூக்கா சுவிசேஷத்தையும் அப்போஸ்தல நடபடிகள் புத்தகத்தையும் எழுதியுள்ளார். ஆண்டவராகிய இயேசு கிறிஸ்துவைப் பற்றி மக்களுக்கு எடுத்துரைத்த செய்திகள் உள்ளன. இது தேயோப்பிலு என்பவருக்கு லூக்கா எழுதிய புத்தக தொகுதியாகும்.

அதிகாரம் 3-சப்பாணி சுகமடைதல், பேதுரு ஊழியம்.

அதிகாரம் 7- -ஸ்தேவானின் இரத்த சாட்சி.

அதிகாரம் 8- சமாரியாவில் பிலிப்புவின் ஊழியம்.

அதிகாரம் 9- பவுலின் மனமாற்றம்.

அதிகாரம் 12- பேதுரு சிறைச்சாலையிலிருந்து அற்புதமாக தப்புதல்.

அதிகாரம்-13, 14-பவுலின் மிஷனெரிப் பயணம் 1.

அதிகாரம்-16-18-பவுலின் மிஷனெரிப் பயணம் 2.

மக்கெதோனியாவில் பவுல் 1 கொரி 16:5-8.

பவுல் எருசலேம் செல்லுதல், கைதாக்கப்படுதல்-அதிகாரம் 20:16

அதிகாரம்24-26 பவுலின் இறுதி ஊழியப் பயணம் எருசலேமிருந்து ரோமிற்கு.

அதிகாரம் 27-28-பவுலின் கப்பல் பயணம்.

வேத புத்தகம் ஒர் அறிமுகம்

பவுல்-சாட்சி தருதல்

அதிகாரம் 21- எருசலேமில் பவுல் சாட்சி தருதல்-

அதிகாரம் 22- யூதருக்கு முன் சாட்சி-

அதிகாரம் 23-ஆலோசனை சங்கத்தாருக்கு முன் சாட்சி

அதிகாரம் 25-தேசாதிபதி பேலிக்ஸ் முன் சாட்சி-

அதிகாரம் 26-அகரிப்பா இராஜா-முன் சாட்சி

அதிகாரம் 28-மெலித்தா தீவில், பவுல் ரோமாபுரியில் சாட்சி.

தேவனை துதிக்கும் வசனங்கள் அப்போஸ்தலர் நடப்படிகள் புத்தகத்திலிருந்து எல்லோருடைய இருதயங்களை அறிந்திருக்கிற கர்த்தரே 1:24

பரிசுத்தமும் நீதியும் உள்ளவரே 3:14

ஜீவாதிபதியே 3:15

நாங்கள் இரட்சிக்கப்படும்படிக்கு வானத்தின் கீழ் எங்கும் மனுஷர்களுக்குள்ளே உம்முடைய நாமமே அல்லாமல் வேறொரு நாமம் கட்டளையிடப்படவில்லை 4:12.

வானம் எனக்கு சிங்காசனம், பூமி எனக்கு பாதப்படி 7:49.

உன்னதமானவரே, கைகளினால் செய்யப்பட்ட ஆலயங்களின் வாசமாயிராதவரே 7:48.

தேவனுடைய வலது பாரிசத்தில் நிற்கிற மனுஷகுமாரனே 7:56.

என்னை ஆட்கொண்டவரும் நான் சேவிக்கிறவருமான தேவனே 27:23.

உயிரோடு இருக்கிறவர்களுக்கும், மரித்தவர்களுக்கும் தேவனால் ஏற்படுத்தப்பட்ட நியாதிபதியே 10:42.

வேத புத்தகம் ஓர் அறிமுகம்

முக்கிய வசனம்: அப்போஸ்தலர் 1:8

பரிசுத்த ஆவி உங்களிடத்தில் வரும்போது நீங்கள் பெலனடைந்து எருசலேமிலும், யூதேயா முழுவதிலும், சமாரியாவிலும், பூமியின் கடைசிபரியந்தமும் எனக்குச் சாட்சிகளாயிருப்பீர்கள் என்றார். அப்போஸ்தலர் 1:8

சுருக்கம்: யூதர்களுக்கு சுவிசேஷம் செய்யும் பேதுரு தலைமையிலான ஆரம்பகால திருச்சபை மற்றும் பின்னர் புறஜாதிகளுக்கு பிரசங்கிக்கும் பவுல் (செழித்து வளர்கிறது)

அதிகாரம் (1-9) யூதேயா, கலிலேயா & சமாரியாவில் உள்ள தேவாலயம் (till 31st verse)

அதிகாரம் (9-12) பெனிக்கேநாடு மற்றும் அந்தியோக்கியாவில் உள்ள தேவாலயம் (from 32nd verse)

அதிகாரம் (13-14) பவுலின் முதல் மிஷனரி பயணம்

அதிகாரம் (15) முதல் சபையாராலும் அப்போஸ்தலராலும் மூப்பராலும் கவுன்சில்.

முக்கிய பத்தி: 1:7-8 உலகத்திற்கு தேவாலயத்தின் பணி

ரோமர்

'நீதிமானாக்கப்படுதல்' என்ற தலைப்பில் இரட்சிப்பின் அனுபவம் இந்த நிருபத்தில் விளக்கப்பட்டுள்ளது.

எல்லோரும் பாவத்தின் காரணமாக நித்திய ஆக்கினை தீர்ப்புக்கு உள்ளாகி இருக்கிறார்கள், பரிசுத்தமுள்ள தேவனுக்குமுன், சன்மார்க்கரும், யூதரும், புறசாதிகளும் எல்லோருமே பாவிகளாக தீர்க்கப்பட்டு இருக்கிறார்கள். எல்லோருக்குமே இரட்சிப்பு தேவை.

வேத புத்தகம் ஓர் அறிமுகம்

பாவத்திற்குரிய தீர்ப்பாகிய, நரக ஆக்கினையிலிருந்தும், பாவத்தின் வல்லமையிலிருந்தும் விடுதலை அளிக்கவே இயேசு கிறிஸ்து தம்முடைய ஜீவனை கொடுத்தார், தேவனுடைய பார்வையில் பாவிகள் என்ற நிலையில் இருந்தவர்கள் கிறிஸ்துவை ஏற்றுக் கொண்டதன் காரணமாக நீதிமான்களாக்கப்படுகிறார்கள்.

முக்கிய அதிகாரம்: அதிகாரம் 8

முக்கிய வார்த்தை-நீதிமானக்கப்படுதல்

அதிகாரம் 3-விசுவாசத்தினால் நீதிமானக்கப்படுதல்

அதிகாரம் 6- பாவத்திற்கு மரித்து, நீதிக்கு அடிமையாகுதல்

அதிகாரம் 8-பரிசுத்த ஆவியானவரால் கிடைக்கும் வெற்றி

முக்கிய வசனம்:

ரோமர் 5:1, ரோமர் 5:8, 9, ரோமர் 6:14, ரோமர் 8:1, ரோமர் 8:28, ரோமர் 8:37

இவ்விதமாக நாம் விசுவாசத்தினாலே நீதிமான்களாக்கப்பட்டிருக்கிறபடியால் நம்முடைய கர்த்தராகிய இயேசுகிறிஸ்துமூலமாய் தேவனிடத்தில் சமாதானம் பெற்றிருக்கிறோம். ரோமர் 5:1

இப்படி நாம் அவருடைய இரத்தத்தினாலே நீதிமான்களாக்கப்பட்டிருக்க கோபாக்கினைக்கு நீங்கலாக அவராலே நாம் இரட்சிக்கப்படுவது அதிக நிச்சயமாமே.நாம் பாவிகளாயிருக்கையில் கிறிஸ்து நமக்காக மரித்ததினாலே தேவன் நம்மேல் வைத்த தமது அன்பை விளங்கப்பண்ணுகிறார். ரோமர் 5:8, 9

ஆனபடியால் கிறிஸ்து இயேசுவுக்குட்பட்டவர்களாயிருந்து மாம்சத்தின்படி நடவாமல் ஆவியின்படியே நடக்கிறவர்களுக்கு ஆக்கினைத்தீர்ப்பில்லை. ரோமர் 8:1

இவையெல்லாவற்றிலேயும் நாம் நம்மில் அன்புகூருகிறவராலே முற்றும் ஜெயங்கொள்ளுகிறவர்களாயிருக்கிறோமே. ரோமர் 8:37

வேத புத்தகம் ஓர் அறிமுகம்

அன்றியும் அவருடைய தீர்மானத்தின்படி அழைக்கப்பட்டவர்களாய் தேவனிடத்தில் அன்புகூருகிறவர்களுக்குச் சகலமும் நன்மைக்கு ஏதுவாக நடக்கிறதென்று அறிந்திருக்கிறோம். ரோமர் 8:28

நீங்கள் நியாயப்பிரமாணத்திற்குக் கீழ்ப்பட்டிராமல் கிருபைக்குக் கீழ்ப்பட்டிருக்கிறபடியால் பாவம் உங்களை மேற்கொள்ளமாட்டாது. ரோமர் -6:14

சுருக்கம்: யூதர்கள் மற்றும் புறஜாதிகள் கிறிஸ்துவின் சிலுவையில் மீட்புப் பணியால் இரட்சிக்கப்பட்டனர்

அதிகாரம் 1-3) கடவுளின் நீதி & யூதர்கள் மற்றும் புறஜாதிகள் இருவரின் பாவம் [Till 20th verse]

அதிகாரம் (3-5) கிறிஸ்துவின் மூலம் நியாயப்படுத்துதல் [from 21st verse]

அதிகாரம் (6-8) பரிசுத்த ஆவியின் மூலம் பரிசுத்தமாக்குதல்

அதிகாரம் (9-11) தேவாலய யுகத்தில் இஸ்ரேலை நிராகரித்தல்

அதிகாரம் (12-16) ஒரு கிறிஸ்தவராக வாழ்வது எப்படி

முக்கிய பத்தி: 5.1-8 மனிதகுலத்திற்கு கடவுள் கொடுத்த மாபெரும் பரிசு

1 கொரிந்தியர்

முக்கிய செய்தி

ஆண்டவராகிய இயேசு கிறிஸ்துவின் ஆளுகைக்குள் அடங்கி இருக்க வேண்டும். தவறினால், பாவமும், பிரச்சினையும் நேரிடும். மாம்சத்திற்கு இடம் கொடுத்தால் ஆவிக்குரிய வல்லமையை இழக்க நேரிடும். மாம்சத்திற்குரிய நடத்தைகள் மாற வேண்டும். சபையில் விபச்சாரம் இருக்கக் கூடாது 1, 6-20.

வேத புத்தகம் ஒர் அறிமுகம்

முக்கிய அதிகாரங்கள்

அதிகாரம் 13- அன்பே பெரியது.

அதிகாரம் 15- உயிர்த்தெழுதல்

முக்கிய வசனங்கள்

1 கொரிந்தியர் 6:11, 1 கொரிந்தியர் 6:20.

உங்களில் சிலர் இப்படிப்பட்டவர்களாயிருந்தீர்கள்; ஆயினும் கர்த்தராகிய இயேசுவின் நாமத்தினாலும் நமது தேவனுடைய ஆவியினாலும் கழுவப்பட்டீர்கள் பரிசுத்தமாக்கப்பட்டீர்கள் நீதிமான்களாக்கப்பட்டீர்கள்.

1 கொரிந்தியர் 6:11

கிரயத்துக்குக் கொள்ளப்பட்டீர்களே; ஆகையால் தேவனுக்கு உடையவைகளாகிய உங்கள் சரீரத்தினாலும் உங்கள் ஆவியினாலும் தேவனை மகிமைப்படுத்துங்கள். 1 கொரிந்தியர் 6:20.

சுருக்கம்: வழிதவறிய தேவாலயத்திற்கு ஆலோசனை

அதிகாரம் (1-4) உள்ளூர் தேவாலயத்தில் பிரிவுகளைப் பெறுகிறது

அதிகாரம் (5-6) தேவாலயத்தில் தார்மீக தளர்ச்சி

அதிகாரம். (7) திருமணம் பற்றிய கற்பித்தல்

அதிகாரம் (8-10) நடைமுறையில் விவாதத்திற்குரிய பகுதிகள்

அதிகாரம். (11-14) பொது வழிபாடு: புனித ஒற்றுமை மற்றும் ஆன்மீக பரிசுகள்

அதிகாரம். (15) உயிர்த்தெழுதல் பற்றிய போதனை

அதிகாரம் (16) நடைமுறை மற்றும் தனிப்பட்ட விஷயங்கள்

முக்கிய பத்தி:12:12-20 பரஸ்பர ஒன்றுக்கொன்று சார்ந்திருத்தல்

2 கொரிந்தியர்

போலி அப்போஸ்தலருக்கு எச்சரிப்பாகவும் இந்த நிருபம் உள்ளது.

முக்கிய வசனம்

2 கொரிந்தியர் 6:3,2 கொரிந்தியர் 10:4, 5

இந்த ஊழியம் குற்றப்படாதபடிக்கு நாங்கள் யாதொன்றிலும் இடறல் உண்டாக்காமல் எவ்விதத்தினாலேயும் எங்களை தேவஊழியக்காரராக விளங்கப்பண்ணுகிறோம். 2 கொரிந்தியர் 6:3

எங்களுடைய போராயுதங்கள் மாம்சத்துக்கேற்றவைகளாயிராமல் அரண்களை நிர்மூலமாக்குகிறதற்கு தேவபலமுள்ளவைகளாயிருக்கிறது.அவைகளால் நாங்கள் தர்க்கங்களையும் தேவனை அறிகிற அறிவுக்கு விரோதமாய் எழும்புகிற எல்லா மேட்டிமையையும் நிர்மூலமாக்கி எந்த எண்ணத்தையும் கிறிஸ்துவுக்குக் கீழ்ப்படியச் சிறைப்படுத்துகிறவர்களாயிருக்கிறோம். 2 கொரிந்தியர் 10:4, 5

சுருக்கம்: பவுல் ஒரு அப்போஸ்தலராக தனது அந்தஸ்தை நியாயப்படுத்துகிறார்

அதிகாரம். (1-7) பவுல் தனது நடத்தை மற்றும் ஊழியத்தை விளக்குகிறார்

அதிகாரம் (8-9) மற்ற கிறிஸ்தவர்களுக்கு ஆதரவாக வழங்குதல்

அதிகாரம் (10-13) பவுலின் அதிகாரத்தை நியாயப்படுத்துதல்

முக்கிய பகுதி: 5.14 -21 பவுலின் பிரசங்கம்

வேத புத்தகம் ஓர் அறிமுகம்

கலாத்தியர்

எச்சரிப்பின் தொனியோடு எழுதப்பட்ட நிருபம்

ஆண்டவர் கொடுத்திருக்கும் விடுதலையை சரியான விதத்தில் கையாள வேண்டும் என்று பவுல் விளக்கி உள்ளார்.

ஆண்டவர், கொடுத்திருக்கிற விடுதலை வாழ்வை சரியான முறையில் வாழ வேண்டும்.

முக்கிய அதிகாரம்: அதிகாரம் 3, 5

முக்கிய வசனங்கள்

கலாத்தியர் 2:20, 21, கலாத்தியர் 5:1, கலாத்தியர் 5:16.

கிறிஸ்துவுடனேகூடச் சிலுவையிலறையப்பட்டேன்; ஆயினும் பிழைத்திருக்கிறேன்; இனி நான் அல்ல கிறிஸ்துவே எனக்குள் பிழைத்திருக்கிறார்; நான் இப்பொழுது மாம்சத்தில் பிழைத்திருக்கிறதோ என்னில் அன்புகூர்ந்து எனக்காகத் தம்மைத்தாமே ஒப்புக்கொடுத்த தேவனுடைய குமாரனைப்பற்றும் விசுவாசத்தினாலே பிழைத்திருக்கிறேன்.

நான் தேவனுடைய கிருபையை விருதாவாக்குகிறதில்லை; நீதியானது நியாயப்பிரமாணத்தினாலே வருமானால் கிறிஸ்து மரித்தது வீணாயிருக்குமே. கலாத்தியர் 2:20, 21

ஆனபடியினாலே நீங்கள் மறுபடியும் அடிமைத்தனத்தின் நுகத்துக்குட்படாமல் கிறிஸ்து நமக்கு உண்டாக்கின சுயாதீன நிலைமையிலே நிலைகொண்டிருங்கள். கலாத்தியர் 5:1,

பின்னும் நான் சொல்லுகிறதென்னவென்றால் ஆவிக்கேற்றபடி நடந்துகொள்ளுங்கள் அப்பொழுது மாம்ச இச்சையை நிறைவேற்றாதிருப்பீர்கள். கலாத்தியர் 5:16.

வேத புத்தகம் ஓர் அறிமுகம்

சுருக்கம்: *சட்டத்திலிருந்து கிறிஸ்துவில் சுதந்திரம்*

அதிகாரம். (1-2) பவுல் ஒரு அப்போஸ்தலராக நியாயப்படுத்தப்பட்டது

அதிகாரம் (3-4) கிறிஸ்துவில் விசுவாசத்தினால் சட்டத்திலிருந்து விடுதலை (விருத்தசேதனம்)

அதிகாரம். (5-6) நடைமுறை வழிமுறைகள்

முக்கிய பத்தி: 2.20-21 தனிப்பட்ட இரட்சிப்பு

எபேசியர்

1) ஆவிக்குரிய ஆசிர்வாதங்கள்

2) கிறிஸ்துவுக்குள் உயிர்ப்பிக்கப்படுதல்

3) கணவன், மனைவிகளுக்கு அறிவுரை

4) பிள்ளைகள் பெற்றோருக்கு அறிவுரை, எஜமானுக்கு அறிவுரை, போராட்டமும் சர்வாயுத வர்க்கமும்

முக்கிய வசனங்கள் எபேசியர் 2:1, எபேசியர் 2:17

அக்கிரமங்களினாலும் பாவங்களினாலும் மரித்தவர்களாயிருந்த உங்களை உயிர்ப்பித்தார். எபேசியர் 2:1

அல்லாமலும் அவர் வந்து தூரமாயிருந்த உங்களுக்கும் சமீபமாயிருந்த அவர்களுக்கும் சமாதானத்தைச் சுவிசேஷமாக அறிவித்தார். எபேசியர் 2:17

சுருக்கம்: மனிதகுலத்திற்கான கடவுளின் விரிவடையும் திட்டம்

அதிகாரம் (1) கடவுள் மனிதகுலத்திற்கு கிறிஸ்துவில் வெளிப்படுத்தினார்

அதிகாரம் (2-3) கிருபையால் இரட்சிப்பு மற்றும் அதன் தாக்கங்கள்

அதிகாரம் (4-6) நடைமுறை விஷயங்கள்: தேவாலயத்தில் ஒற்றுமை, தனிப்பட்ட வளர்ச்சி, உறவுகள், ஆன்மீகப் போர்

முக்கிய பகுதி: 1:3-14: மனிதகுலத்திற்கான கடவுளின் நோக்கங்கள் Doxology- an expression of praise to God (கிரேக்க மொழியில் ஒரு வாக்கியம்)[கடவுளுக்கு துதியின் வெளிப்பாடு]

பிலிப்பியர்

பிலிப்பி பட்டண விசுவாசிகளுக்கு, பிரிவினை மற்றும் தவறான சிந்தனை சரிபடுத்துதல்

1) கிறிஸ்து எனக்கு ஜீவன்.

2) கிறிஸ்துவின் சிந்தையே என் சிந்தை

3) கிறிஸ்து என் பந்தய பொருள்

4) கிறிஸ்து என் பெலன்

முக்கிய வசனம்

பிலிப்பியர் 4:8, பிலிப்பியர் 4:13

கடைசியாக சகோதரரே உண்மையுள்ளவைகளெவைகளோ ஒழுக்கமுள்ளவைகளெவைகளோ நீதியுள்ளவைகளெவைகளோ கற்புள்ளவைகளெவைகளோ அன்புள்ளவைகளெவைகளோ நற்கீர்த்தியுள்ளவைகளெவைகளோ புண்ணியம் எதுவோ புகழ் எதுவோ அவைகளையே சிந்தித்துக்கொண்டிருங்கள்.பிலிப்பியர் 4:8

வேத புத்தகம் ஓர் அறிமுகம்

என்னைப் பெலப்படுத்துகிற கிறிஸ்துவினாலே எல்லாவற்றையுஞ்செய்ய எனக்குப் பெலனுண்டு. பிலிப்பியர் 4:13

சுருக்கம்: ரோமில் உள்ள சிறையில் இருந்து பவுல் மூலம் எழுதப்பட்டது

அதிகாரம் (1) சபைக்கான பிரார்த்தனை & சிறையில் உள்ள பவுலின் நிலை

அதிகாரம் (2) கிறிஸ்துவின் பணிவு; அவருடைய ஊழியர்களின் பணிவு அதிகாரம் (3) சட்டவாதிகள் மற்றும் சுதந்திரவாதிகளுக்கு எதிரான எச்சரிக்கைகள்

அதிகாரம் (4) இறுதியான அறிவுரைகள் & வாழ்த்துகள்

முக்கிய பகுதி: 3:7-10 சிறையில் உள்ள பவுலின் செய்தி

கொலோசேயர்

கர்த்தர் பரிசுத்தர், பூரணர்

மனிதன் பாவம் நிறைந்தவன்,

முக்கிய வசனம்

கொலோசேயர் 2:3, கொலோசேயர் 2:3 முதல் 15

அவருக்குள் ஞானம் அறிவு என்பவைகளாகிய பொக்கிஷங்களெல்லாம் அடங்கியிருக்கிறது. கொலோசேயர் 2:3

இருளின் அதிகாரத்திலிருந்து நம்மை மீட்டு, குமாரனின் ஒளியின் இராஜ்ஜியத்திற்குள் உட்படுத்தியவர் கொலோசேயர் 1:13. அவருக்குள் பாவ மன்னிப்பாகிய மீட்பு உண்டாயிருக்கிறது. கொலோசேயர் 1:14.

வேத புத்தகம் ஓர் அறிமுகம்

சுருக்கம்: 'ஆன்மீக' கொலோசேயர் தேவாலயத்திற்கான அறிவுரை அதிகாரம் (1) தேவாலயத்திற்கான பிரார்த்தனை; கிறிஸ்துவின் மேலாதிக்கம் [till 23rd verse]{supremacy of Christ]

அதிகாரம். (1-2) பவுலின் உழைப்பு இன்னும் அவர்களின் தவறான மதவாதம் [from 24th verse][Pauls Labor,yet their false Religiosity]

அதிகாரம் (3-4) நடைமுறை பயன்பாடுகள்

முக்கிய பகுதி: 1:13-20 யார் கிறிஸ்து & அவருடைய வேலை

1 தெசலோனிக்கேயர்

தெசலோனிக்கே பட்டணத்தில் கிறிஸ்துவை ஏற்றுக் கொண்டதினால் துன்புறுத்தப்பட்டதால், அவர்களை ஊக்கப்படுத்தி பவுல் இந்த நிருபத்தை எழுதியுள்ளார்.

அதிகாரம்-4-பரிசுத்த வாழ்க்கைக்கான அறிவுரைகள்

அதிகாரம்-5-பரிசுத்த வாழ்க்கைக்கான போதனைகள்

சுருக்கம்: இளம் தேவாலயத்திற்கான வழிகாட்டுதல்

அதிகாரம் (1) சபைக்கு நன்றி செலுத்துதல்

அதிகாரம் (2-3) பவுலின் செயல்கள் மற்றும் இல்லாமைக்கான நியாயப்படுத்துதல் (Defense of Paul's actions & absence)

அதிகாரம் (4-5) அறிவுரைகள்: வாழ்க்கை, முடிவு காலம், தேவாலயம்

முக்கிய பகுதி: 4:13 -18 மரணம் & இரண்டாம் வருகை

2 தெசலோனிக்கேயர்

கிறிஸ்துவின் இரண்டாம் வருகையை குறித்த தவறான உபதேசத்தை அறிந்த பவுல் இரண்டாம் வருகையை குறித்து தெளிவுபடுத்த இந்த நிருபத்தை எழுதினார்.

அதிகாரம் 2-கர்த்தருடைய நாள், இரண்டாம் வருகை

சுருக்கம்: இந்த வாழ்க்கையிலும் இறுதிக் காலங்களிலும் சோதனைகள் அதிகாரம். (1) சபைக்காகப் பரிந்து பேசுதல்

அதிகாரம். (2) இறுதி நேரங்கள்: இறைவனின் நாள்

அதிகாரம் (3) நடைமுறை உத்தரவுகள்: செயலற்றதை தவிர்க்கவும்

Practical injunctions: avoid the idle

முக்கிய பகுதி 2 :13-17 சோதனைகளில் உறுதியாக இருங்கள்

1 தீமோத்தேயு

பவுல் தீமோத்தேயுவுக்கு எழுதிய நிருபம் மேய்ப்பனுக்கும், சபைத் தலைவர்களின் பொறுப்புகள், தகுதிகள், ஒழுங்குகள் எழுதப்பட்டிருக்கிறது.

கண்காணிப்பாளர்- 1 தீமோத்தேயு 3:1

உதவிக்காரர் 1 தீமோத்தேயு 3:8, 12

மூப்பர்கள் 1 தீமோத்தேயு 5:17.

4ம் அதிகாரம், 6ம் அதிகாரம் கள்ளப் போதகர்களின் தவறான உபதேசம்

சுருக்கம்: இளம் ஊழியக்காரர்க்கான அறிவுரைகள்

அதிகாரம் (1) சட்டம், பொய் ஆசிரியர்கள் (False Teachers), கடவுளின் அருள்

அதிகாரம் (2-3) பொது வழிபாடு & மதகுரு தகுதி / தேவைகள் (Public worship and Clergy Requirements)

அதிகாரம். (4) தவறான போதனைகள்/ஆசிரியர்களைக் கையாளுதல் அதிகாரம். (5-6) உறுப்பினர்களை எவ்வாறு நடத்துவது; நடைமுறை ஆலோசனை

முக்கிய பத்தி: 1:12-17 பவுல்: முன்மாதிரியான பாவி [Paul : exemplary Sinner]

2 தீமோத்தேயு

தீமோத்தேயுவுக்கு தலைமைத்துவ பொறுப்புகளை ஒப்படைக்கும் வகையில், பல அறிவுரைகளையும், கட்டளைகளையும் எழுதியிருக்கிறார்.

முக்கிய வசனம்

2 தீமோத்தேயு 1:7, 2 தீமோத்தேயு 3:16, 17

தேவன் நமக்குப் பயமுள்ள ஆவியைக் கொடாமல் பலமும் அன்பும் தெளிந்த புத்தியுமுள்ள ஆவியையே கொடுத்திருக்கிறார். 2 தீமோத்தேயு 1:7

வேதவாக்கியங்களெல்லாம் தேவஆவியினால் அருளப்பட்டிருக்கிறது; தேவனுடைய மனுஷன் தேறினவனாகவும் எந்த நற்கிரியையுஞ் செய்யத் தகுதியுள்ளவனாகவும் இருக்கும்படி அவைகள் உபதேசத்துக்கும் கடிந்துகொள்ளுதலுக்கும் சீர்திருத்தலுக்கும் நீதியைப் படிப்பிக்குதலுக்கும் பிரயோஜனமுள்ளவைகளாயிருக்கிறது. 2 தீமோத்தேயு 3:16, 17

சுருக்கம்: ஒரு ஊழியருக்கான கூடுதல் அறிவுரைகள்

அதிகாரம் (1) தீமோத்தேயு மீது பவுலின் அக்கறை

அதிகாரம். (2) சகிப்புத்தன்மைக்கு அழைப்பு; சர்ச்சைகள்

அதிகாரம் (3) கடைசி நாட்கள்

அதிகாரம் (4) இறுதித் திட்டங்கள் (Concluding Charge) & வாழ்த்துகள்

முக்கிய பத்தி: 4:6-8 மரணத்திற்கு அருகில் பவுலின் நம்பிக்கை

தீத்து

கிறிஸ்தவ ஊழியக்காரர்களின் தகுதிகள், சபை ஒழுங்குகள் பற்றி பவுல், தீத்துவுக்கு எழுதிய நிருபம் ஆகும்.

சுருக்கம்: ஊழியம்

அதிகாரம். (1) மதகுருமார்கள் மற்றும் தவறான ஆசிரியர்களுக்கான(False Teachers) அறிவுரை

அதிகாரம். (2) தேவாலயத்தில் உள்ள பல்வேறு குழுக்களுக்கான அறிவுரை அதிகாரம். (3) கிறிஸ்தவ வாழ்க்கை & வாழ்த்துக்கள்

முக்கிய பத்தி:3:3-7 ஒரு கிறிஸ்தவரின் சாட்சியம்

பிலேமோன்

பிலேமோன் என்பவர் வீட்டில் ஒநேசிமு வாழ்ந்தார். பிலேமோன் ஒநே சிமுவுக்கு இடையில் உறவு முறிவை, சரிபடுத்த

வேத புத்தகம் ஓர் அறிமுகம்

பவுல் எடுத்துக் கொண்ட முயற்சியை இந்த நிருபத்தில் காணலாம். பவுல் மூலமாக ஒநேசிமு சுவிசேஷத்தை அறிந்து இயேசு கிறிஸ்துவை விசுவாசித்து விசுவாசியானார்.

சுருக்கம்: ஓடிப்போன அடிமை

அதிகாரம். (1) ஜெபம், ஓடிப்போன அடிமைக்கு எஜமானருக்கான கிறிஸ்தவ அன்பிற்கான வேண்டுகோள், வாழ்த்துகள்

முக்கிய பகுதி: 1:14-16 அடிமை மற்றும் எஜமானுக்கு இடையேயான உறவை கிறிஸ்தவம் எவ்வாறு மாற்றுகிறது

எபிரேயர்

இந்த நிருபத்தை எழுதியவர் யார் என்று தெரியவில்லை.

யூத விசுவாசிகள் இயேசு கிறிஸ்துவை ஏற்றுக் கொண்ட போது துன்புறுத்தப்பட்டனர். பின்தங்கிய அவர்களை உற்சாகப்படுத்த இப்புத்தகம் எழுதப்பட்டது. தீர்க்கத்தரிசிகள், தேவதூதர்கள், மோசே, யோசுவா இவர்களைக் காட்டிலும் ஆண்டவராகிய இயேசு கிறிஸ்து மேலானவர் என்று எழுதப்பட்டிருக்கிறது. வானங்களின் வழியாக பரலோகத்திற்கு, போன தேவ குமாரன், பாவமில்லாத பிரதான ஆசாரியர் நமக்காக பரிதபிக்கிறவர், பரிந்து பேசுகிறவர், பரிசுத்தர், குற்றமற்றவரும், பாவிகளுக்கு விலகினவரும், வானங்களில் உயர்ந்தவருமானவர்.

தம்மைத் தாமே ஒரே தரம் பலியாக தந்தவர்.

சுருக்கம்: நியாயப்பிரமாணத்தின் பழைய உடன்படிக்கையையும் அதன் வழிபாட்டையும் விட பெரிய உடன்படிக்கையை இயேசு செய்துள்ளார் அதிகாரம்.(1-7) மோசே, ஆரோன், தூதர்களை விட கிறிஸ்து மேலானவர், அதிகாரம். (8-10) கிறிஸ்துவின் பலியின் மேன்மை

அதிகாரம். (11- 12) விடாமுயற்சிக்கான எடுத்துக்காட்டுகள் மற்றும் அறிவுரைகள்

அதிகாரம். (13) நடைமுறை உத்தரவுகள், வாழ்த்துக்கள்

முக்கிய பத்தி: 1:1-4 புதிய உடன்படிக்கையின் மகிமை

யாக்கோபு

இயேசு கிறிஸ்துவின் சகோதரரான யாக்கோபு எழுதிய நிருபமாகும்.

விசுவாச பரீட்சையில் சோர்வுற்ற விசுவாசிகளை உற்சாகப்படுத்தவும், அவர்களுடைய வாழ்க்கையிலிருந்த சில முறைகேடுகளை, சீர்திருத்தவும் யாக்கோபு இந்த நிருபத்தை எழுதினார்.

3ம் அதிகாரம் நாவடக்கம்

4ம் அதிகாரம் இச்சியாதிருங்கள்

முக்கிய வசனம் யாக்கோபு 1:6

ஆனாலும் அவன் எவ்வளவாகிலும் சந்தேகப்படாமல் விசுவாசத்தோடே கேட்கக்கடவன்; சந்தேகப்படுகிறவன் காற்றினால் அடிபட்டு அலைகிற கடலின் அலைக்கு ஒப்பாயிருக்கிறான். யாக்கோபு 1:6

கிறிஸ்துவை விசுவாசித்தால் மட்டும் போதாது கிருபையினாலே விசுவாசத்தைக் கொண்டு, பாவ மன்னிப்பு, இரட்சிப்பை பெறுகிறோம், இரட்சிப்பிற்கு பின் இந்த விசுவாசம், செயல்படுகிற விசுவாசமாக இருக்க வேண்டும்.

கிறிஸ்துவை நம்பும் ஒரு விசுவாசி செயல்பட தவறினால் அவருடைய விசுவாசம் கிரியையில்லாத விசுவாசமாய் இருக்கிறது.

வேத புத்தகம் ஓர் அறிமுகம்

தேர்வுக்கு பயிலும் இரு மாணவரில் ஒருவன் ஜெபத்துடன் முயற்சி செய்தான். இன்னொருவன் முயற்சி செய்யவில்லை. ஜெபத்துடன் முயற்சி எடுத்த மாணவன் விசுவாசமே பலன் தந்தது. எனவே நாம் ஒரு 'விசுவாசி என்று சொல்வீர்களானால், அதற்கேற்ற விதமாக வாழ வேண்டும்.

சுருக்கம்: பக்தியுடன் வாழ்வதற்கான இதர ஆலோசனைகள்

அதிகாரம் (1) இந்த வாழ்க்கையில் சோதனைகள்; பாசாங்குத்தனத்திற்கு எதிராக

அதிகாரம். (2) பணக்காரர்/ஏழை சமத்துவம்; நம்பிக்கை & வேலைகள்

அதிகாரம் (3) நாக்கை அடக்குதல்; கடவுளிடமிருந்து ஞானம்

அதிகாரம் (4) உலகத்திற்கு எதிரானது

அதிகாரம். (5) இதர உத்தரவுகள்

முக்கிய பத்தி: 1:5 சரியான வாழ்க்கைக்கான ஞானத்தின் பரிசு

1 பேதுரு

பேதுரு நிருபங்கள் ஆண்டவராகிய இயேசு கிறிஸ்துவின் சீடரான பேதுரு எழுதியதாகும்.

அதிகாரம் -1-பரிசுத்த வாழ்விற்கு அழைப்பு

1 பேதுரு 2ம் அதிகாரம், மனைவி, கணவர்களுக்கான அறிவுரையாகும்.

அதிகாரம் 3-மூப்பர்களுக்கு ஆலோசனை

வேத புத்தகம் ஓர் அறிமுகம்

முக்கிய வசனம்

1 பேதுரு 1:13, 14,   1 பேதுரு 2:9, 1 பேதுரு 5:5. 1 பேதுரு 5:7

ஆகையால் நீங்கள் உங்கள் மனதின் அரையைக் கட்டிக்கொண்டு தெளிந்தபுத்தியுள்ளவர்களாயிருந்து இயேசு கிறிஸ்து வெளிப்படும்போது உங்களுக்கு அளிக்கப்படுங்கிருபையின்மேல் பூரண நம்பிக்கையுள்ளவர்களாயிருங்கள்.நீங்கள் முன்னே உங்கள் அறியாமையினாலே கொண்டிருந்த இச்சைகளின்படி இனி நடவாமல் கீழ்ப்படிகிற பிள்ளைகளாயிருந்து. 1 பேதுரு 1:13, 14

நீங்களோ உங்களை அந்தகாரத்தினின்று தம்முடைய ஆச்சரியமான ஒளியினிடத்திற்கு வரவழைத்தவருடைய புண்ணியங்களை அறிவிக்கும்படிக்குத் தெரிந்துகொள்ளப்பட்ட சந்ததியாயும், ராஜரீகமான ஆசாரியக்கூட்டமாயும், பரிசுத்த ஜாதியாயும் அவருக்குச் சொந்தமான ஜனமாயும் இருக்கிறீர்கள். 1 பேதுரு 2:9

அந்தப்படி இளைஞரே, மூப்பருக்குக் கீழ்ப்படியுங்கள். நீங்களெல்லாரும் ஒருவருக்கொருவர் கீழ்ப்படிந்து, மனத்தாழ்மையை அணிந்துகொள்ளுங்கள்

பெருமையுள்ளவர்களுக்குத் தேவன் எதிர்த்து நிற்கிறார் தாழ்மையுள்ளவர்களுக்கோ கிருபை அளிக்கிறார்.

ஆகையால் விசுவாசிக்கிற உங்களுக்கு அது விலையேறப்பெற்றது; கீழ்ப்படியாமலிருக்கிறவர்களுக்கோ வீட்டைக் கட்டுகிறவர்களால் தள்ளப்பட்ட பிரதான மூலைக்கல்லாகிய அந்தக் கல் இடறுதற்கேதுவான கல்லும் விழுதற்கேதுவான கன்மலையுமாயிற்று; 1 பேதுரு 5:7

சுருக்கம்: துன்புறுத்தலின் போது ஆறுதல்

அதிகாரம். (1-2) கிறிஸ்துவில் இரட்சிப்பு மற்றும் பரிசுத்தத்திற்கான பாராட்டு [Till 12th verse]

அதிகாரம் (2-3) அதிகாரத்திற்கு சமர்ப்பணம் [from 13th verse]

அதிகாரம். (3-4) கிறிஸ்தவ கடமை & கிறிஸ்துவின் உதாரணம் [from 3 chapter 8th verse till 4 chapter 6th verse]

அதிகாரம். (4-5) தேவாலயத்தில் அவர்களுக்கான சரியான நடத்தை

முக்கிய பத்தி: 3:17-18 அப்பாவின் துன்பம்

2 பேதுரு

அதிகாரம் 2- கள்ள போதர்களின் நடத்தையும் உபதேசமும் அசுத்தமும், அக்கிரமமும் இயேசு கிறிஸ்துவை விட்டு விலகுதலும் உள்ள கொடிய நாட்களில், பரிசுத்தமாக வாழ்வது எப்படி என்ற செய்தி விளக்கப்பட்டிருக்கிறது.

முக்கிய வசனம்

     2 பேதுரு 1: 4, 5, 6,   2 பேதுரு 1: 21

இச்சையினால் உலகத்திலுண்டான கேட்டுக்குத் தப்பி திவ்விய சுபாவத்துக்குப் பங்குள்ளவர்களாகும்பொருட்டு மகா மேன்மையும் அருமையுமான வாக்குத்தத்தங்களும் அவைகளினாலே நமக்கு அளிக்கப்பட்டிருக்கிறது.இப்படியிருக்க நீங்கள் அதிக ஜாக்கிரதையுள்ளவர்களாய் உங்கள் விசுவாசத்தோடே தைரியத்தையும் தைரியத்தோடே ஞானத்தையும் ஞானத்தோடே இச்சையடக்கத்தையும் இச்சையடக்கத்தோடே பொறுமையையும் பொறுமையோடே தேவபக்தியையும். 2 பேதுரு 1: 4, 5, 6,

தீர்க்கதரிசனமானது ஒருகாலத்திலும் மனுஷருடைய சித்தத்தினாலே உண்டாகவில்லை; தேவனுடைய பரிசுத்த மனுஷர்கள் பரிசுத்த ஆவியினாலே ஏவப்பட்டுப் பேசினார்கள். 2 பேதுரு 1: 21

வேத புத்தகம் ஓர் அறிமுகம்

சுருக்கம்: தவறான போதனைகளால் முற்றுகையிடப்பட்ட தேவாலயத்திற்கான ஊக்கம்

அதிகாரம் (1) நல்லொழுக்கத்தில் வளர்ச்சிக்கான அறிவுரை [3rd verse to 11th verse]

அதிகாரம். (1-) கடிதத்தின் நோக்கம் மற்றும் அதன் அதிகாரம் [12th verse to 21st verse]

அதிகாரம். (2) தவறான ஆசிரியர்களுக்கு [False Teachers] எதிராக எச்சரிக்கை

அதிகாரம் (3) கிறிஸ்துவின் இரண்டாம் வருகையின் கோட்பாடு

முக்கிய பத்தி: 3:8-13 துன்புறுத்தல் மற்றும் சோதனையின் மத்தியில் எதிர்கால பரலோகத்திற்கான நம்பிக்கை

யோவான் எழுதிய நிருபங்கள்

இயேசு கிறிஸ்துவை நெருக்கமாக பின்பற்றிய, கடைசி பந்தியின் சமயத்தில் ஆண்டவராகிய இயேசுவின் மார்பில் சார்ந்திருந்தவர் இவரே. தவறான உபதேசத்தால் பாதிக்கப்பட்டவர்களுக்கு, விசுவாசிகளுக்கு இந்த நிருபங்கள்எழுதினார்.

வெற்றியான வாழ்க்கை

1 யோவான் 2:1-17.

4ம் அதிகாரம் ஆவிகளை சோதித்தறியுங்கள்

2 யோவான் 1ம் அதிகாரம் பாவ அறிக்கை

அந்தி கிறிஸ்து பற்றிய எச்சரிக்கை

முக்கிய வசனம்

1 யோவான் 1:9,1 யோவான் 2:6,1 யோவான் 3:2, 1 யோவான் 3:6,1 யோவான் 3:8 ,1 யோவான் 3:9, 1 யோவான் 4:4, 1

யோவான் 4:18, 1 யோவான் 4: 4, 1 யோவான் 5:14, 15, 1 யோவான் 5:18. 2 யோவான் 1 :6, 3 யோவான் 1:2;

நம்முடைய பாவங்களை நாம் அறிக்கையிட்டால் பாவங்களை நமக்கு மன்னித்து எல்லா அநியாயத்தையும் நீக்கி நம்மைச் சுத்திகரிப்பதற்கு அவர் உண்மையும் நீதியும் உள்ளவராயிருக்கிறார். 1 யோவான் 1:9

பிள்ளைகளே நீங்கள் தேவனாலுண்டாயிருந்து அவர்களை ஜெயித்தீர்கள்; ஏனெனில் உலகத்திலிருக்கிறவனிலும் உங்களிலிருக்கிறவர் பெரியவர். 1 யோவான் 4:4

நாம் அவருடைய கற்பனைகளின்படி நடப்பதே அன்பு; நீங்கள் ஆதிமுதல் கேட்டிருக்கிறபடி நடந்துகொள்ளவேண்டிய கற்பனை இதுவே. 2 யோவான் 1 :6

பிரியமானவனே, உன் ஆத்துமா வாழ்கிறதுபோல நீ எல்லாவற்றிலும் வாழ்ந்து சுகமாயிருக்கும்படி வேண்டுகிறேன்.3 யோவான் 1:2

1 யோவான்

சுருக்கம்: கடவுளின் குழந்தைகளாக நம்மை தத்தெடுப்பதில் கடவுளின் அன்பு; கடவுள் மீதும் ஒருவர் மீதும் உள்ள அன்பு

அதிகாரம் (1-2) முன்னுரை; ஒளியில் நடப்பது

அதிகாரம் (3) ஒரு கிறிஸ்தவரின் அடையாளமாக அன்பு (தொண்டு).

அதிகாரம் (4-5) அன்பு மற்றும் நம்பிக்கைக்கான கட்டளைகள்

முக்கிய பகுதி: 4:13-21 திரித்துவம் மற்றும் அன்பு

2 யோவான்

சுருக்கம்: தவறான ஆசிரியர்களைத் தவிர்ப்பதற்கான எச்சரிக்கை

அதிகாரம் (1) உண்மை மற்றும் பொய்யான பிரசங்கிகளை பகுத்தறிதல்

முக்கிய பகுதி: 1:9-11 கிறிஸ்துவுக்கு வெளியே பிரசங்கிப்பதை நிராகரித்தல்

3 யோவான்

சுருக்கம்: போதகருக்கு அறிவுரை

அதிகாரம் (1) உழைப்பில் தொடரவும்; சத்தியத்தைப் போதிப்பவர்களுக்கு உபசரிக்கவும்.

முக்கிய பகுதி: 1:7-8 ஒரு செய்தி, பல பிரசங்கிகள்

யூதா

எழுதியவர் யூதா, இவர் இயேசு கிறிஸ்துவின் சகோதரர்.

பின் மாற்றமடைந்த விசுவாசிகளுக்கு எழுதியது. தவறான உபதேசங்களுக்கு இடம் கொடாமல், விசுவாசத்தைக் காத்துக் கொண்டு, போராட வேண்டும்.

முக்கிய வசனம்

வழுவாதபடி உங்களைக் காக்கவும் தமது மகிமையுள்ள சந்நிதானத்திலே மிகுந்த மகிழ்ச்சியோடே உங்களை மாசற்றவர்களாய் நிறுத்தவும் வல்லமையுள்ளவரும் தாம் ஒருவரே ஞானமுள்ளவருமாகிய நம்முடைய இரட்சகரான தேவனுக்குக்

கனமும் மகத்துவமும் வல்லமையும் அதிகாரமும் இப்பொழுதும் எப்பொழுதும் உண்டாவதாக. ஆமென்.   யூதா 1:24, 25

சுருக்கம்: தவறான ஆசிரியர்களுக்கு எதிரான எச்சரிக்கை

அதிகாரம் (1) தவறான ஆசிரியர்களின் விளக்கம் மற்றும் விதி

முக்கிய பத்தி: 1:3 'விசுவாசம் ஒருமுறை வழங்கப்பட்டது'

வெளிப்படுத்தின விசேஷம்

இயேசு கிறிஸ்துவின் சீடர் யோவான் எழுதியது ஆகும். தெய்வீக அருளை யோவான் பெற்று பரலோக காட்சிகளை காண்கிறார். ஆண்டவராகிய இயேசு கிறிஸ்து தம்மைக் குறித்த வெளிப்பாட்டை தரிசனமாக அருளியவைகள்.

இயேசு கிறிஸ்துவை மகிமை பொருந்தியவராக காண்கிறார். உன்னதமானவராக வீற்றிருந்தார். உலகத்தின் முடிவில் இயேசு கிறிஸ்து எல்லோரையும் நீதியாய் நியாயம் தீர்க்கிறார். ஆயிரம் வருட அரசாட்சியைப் பற்றியும் யோவான் கூறிவிட்டு இப்புத்தகத்தை முடிக்கிறார்.

முக்கிய வசனம்

வெளிப்படுத்தின விசேஷம் 12:11.

மரணம் நேரிடுகிறதாயிருந்தாலும் ஓர் அதற்குத் தப்பும்படி தங்கள் ஜீவனையும் பாராமல் ஆட்டுக்குட்டியின் இரத்தத்தினாலும் தங்கள் சாட்சியின் வசனத்தினாலும் அவனை ஜெயித்தார்கள். வெளிப்படுத்தின விசேஷம் 12:11.

வேத புத்தகம் ஒர் அறிமுகம்

சுருக்கம்: இறுதிக் காலத்தைப் பற்றிய வெளிப்பாட்டு படங்கள்

அதிகாரம். (1-3) அறிமுகம்: கிறிஸ்துவிடமிருந்து 7 தேவாலயங்களுக்கு கடிதங்கள் B. (4-5) சிங்காசனம், சுருள் & ஆட்டுக்குட்டி

அதிகாரம். (6-81) ஏழு முத்திரைகள்

அதிகாரம் (82-11) ஏழு எக்காளங்கள்

அதிகாரம் (12-14) பெண், மிருகம் மற்றும் ஆட்டுக்குட்டி.

அதிகாரம் (15-16) ஏழு கிண்ணங்கள்

அதிகாரம். (17-22) பாபிலோன் (உலகம்) மற்றும் புதிய எருசலேம் (பரலோகம்) இடையே உள்ள வேறுபாடு

முக்கியப் பகுதி: 21.1-4 கடவுளிடம் மனிதனின் இறுதித் திரும்புதல்

பைபிளைப் படிப்பதற்கு முன் ஜெபம்: (திருவருகையின் 2வது ஞாயிற்றுக்கிழமையிலிருந்து சேகரிப்பு) ஆசீர்வதிக்கப்பட்ட ஆண்டவரே, அவர் எல்லா புனித நூல்களையும் நம்முடைய கற்றலுக்காக எழுதினார்; உமது பரிசுத்த வார்த்தையின் பொறுமையினாலும், ஆறுதலினாலும், உம்முடைய ஆசீர்வதிக்கப்பட்ட நித்திய ஜீவ நம்பிக்கையை, நாங்கள் தழுவி, எப்போதும் உறுதியாகப் பற்றிக்கொள்ளும்படி, நாம் அவற்றைக் கேட்கவும், படிக்கவும், குறிப்பெடுக்கவும், கற்கவும், உள்நோக்கி ஜீரணிக்கவும் அருள்புரியவும். நம் இரட்சகராகிய இயேசு கிறிஸ்துவில் நமக்குக் கொடுக்கப்பட்டது. ஆமென்.

Highlights in psalms

119வது சங்கீதத்தில் உள்ள வேதம் என்கிற வார்த்தைகள் வரும் வசன இருப்பிடங்கள் 1, 18, 29, 34, 44, 51, 53, 55, 61, 70,72, 77, 85, 92, 97, 109, 113, 136, 142, 151,153, 163,165,174.

துன்மார்க்கரின் ஆலோசனையில் நடக்கக் கூடாது. சங் 1:1.

இரவும் பகலும் கர்த்தருடைய வசனத்தை தியானிக்கிறவன், நீர்கால்களில் ஓரமாக நடப்பட்ட மரத்தைப் போல எப்போதும் தப்பாமல் கனி தருகிற மரம் போல் இருப்பான். சங்: 1:2, 3.

நாவைப் பற்றிய சங்கீதம் 12 இச்சகம் பேசுகிற, பெருமை பேசுகிற நாவை கர்த்தர் அறுத்து போடுகிறார். சங்கீதம் 12:3.

கர்த்தரை எனக்கு முன்பாக எப்போதும் வைத்திருக்கிறேன். அசைக்கப்படுவதே இல்லை. சங்கீ 16:8.

கர்த்தர் என் வெளிச்சமும், என் இரட்சிப்பும் ஆனவர். என் ஜீவனின் பெலனானவர் யாருக்கு அஞ்சுவேன். சங் 27:1.

சங்கீதம் 32 மற்றும் 51 பாவ மன்னிப்பின் சங்கீதம்

என் மீறுதல்களை அறிக்கை இட்டேன். அவர் என் பாவத்தின் தோஷத்தை மன்னித்தார். சங்க 32:5.

தேவனே என்னை ஈசோப்பினால் சுத்திகரியும் அப்பொழுது சுத்தமாவேன். சங் 51:7.

சங் 34:

நொறுங்குண்ட இருதயமுள்ளவர்களுக்கு கர்த்தர் சமீபமாய் இருக்கிறார். சங் 34:18.

நீதிமானுக்கு வரும் துன்பங்கள் அநேகமாய் இருக்கும். கர்த்தர் அவைகள் எல்லாவற்றிலிருந்தும் விடுவிப்பார். சங் 34:18.

சேனைகளின் கர்த்தர் நம்மோடிருக்கிறார் சங் 46:11.

வேத புத்தகம் ஓர் அறிமுகம்

மரணபரியந்தம் நடத்துவார். சங் 48:14.

நான் நம்புகிறது அவராலே வரும் சங். 62:5.

நீரே, சிறு வயது தொடங்கி என் நம்பிக்கையுமாய் இருக்கிறீர்.   சங் 71:5.

என் கை அவனோடே உறுதியாய் இருக்கும். சங்: 89:21.

பாதுகாப்பின் சங்கீதம் 91

பொல்லாப்பு நேரிடாது, வாதை அணுகாது. சங் 91:10.

நீர் என் கோட்டை, என் அடைக்கலம், நான் நம்பியிருக்கிறவர். சங் 91:2.

திக்கற்றவர்களுடைய ஜெபத்தை அலட்சியம் பண்ணாதவர். சங் 102:16.

அவர் உன் அக்கிரமங்களை மன்னித்து, உன் நோய்களை குணமாக்குகிறார். சங் 103:3.

உன் பிள்ளைகளின் பிள்ளைகளையும், இஸ்ரவேலுக்கு உண்டாகும் சமாதானத்தையும் காண்பாய். சங் 128:6.

அவர் தமக்கு பயந்தவர்களின் விருப்பத்தின்படி செய்து, அவர்கள் கூப்பிடுதலை கேட்டு, அவர்களை இரட்சிக்கிறார். சங் 145:19.

பரதேசிகளை காப்பாற்றுகிறார் சங்: 146:9.

அவர் உன் வாசல்களின் தாழ்பாள்களை பலப்படுத்தி, உன்னிடத்தில் உள்ள உன் பிள்ளைகளை ஆசிர்வதிக்கிறார். சங் 147:13.

மனப்பாட சங்கீதம்: 23, 121, 91, 32, 51 மற்றும் 115.

என் ஜீவனுள்ள நாளெல்லாம் நன்மையும் கிருபையும் என்னை தொடரும் சங். 23:6.

இஸ்ரவேலே கர்த்தரை நம்பு, அவரே அவர்களுக்கு துணையும் கேடகமும் ஆனவர். சங் 115:9.

வானத்தையும் பூமியையும் படைத்த கர்த்தராலே, நீங்கள் ஆசிர்வதிக்கப்பட்டவர்கள். சங் 115:15.

கர்த்தர் உன்னை காக்கிறவர் உன் வலது பக்கத்திலே உனக்கு நிழலாய் இருக்கிறார். சங்: 121:5. உன்னை காக்கிறவர் உறங்கார். சங். 121:3.

கர்த்தர் உன்னை எல்லா தீங்குக்கும் விலக்கிக் காப்பார். உன் போக்கையும்; வரத்தையும் காப்பார். சங் 121:6.

நீதிமொழிகள் வாக்குத்தத்தம் முக்கிய வசனங்கள்

கர்த்தருக்கு பயப்படுதலே ஞானத்தின் ஆரம்பம். நீதி 1:7

தீமையை வெறுப்பதே கர்த்தருக்கு பயப்படும் பயம் நீதி.8:13

ஞானமுள்ளவர்களின் நாவோ ஔஷதம். நீதி. 12:18.

விவாதம் எழும்பும் முன் அதை விட்டுவிடு. நீதி. 17:14.

மரணமும் ஜீவனும் நாவின் அதிகாரத்தில் உள்ளது. நீதி 18:21.

மனுஷருடைய ஆவி கர்த்தர் தந்த தீபம் நீதி 20:27.

தன் தகப்பன், தாயை தூஷிக்கிறவனுடைய தீபம் காரிருளில் அணைந்துபோம். நீதி. 20:20.

தன் கண்களை ஏழைகளுக்கு விலக்குகிறவனுக்கு அநேக சாபம் வரும். நீதி 28:27.

முடிவுரை

அமைதியான இடத்தில் அமர்ந்து வேதத்தை தியானிக்க வேண்டும். வெளிப்பாடு கிடைக்கும் வரை வாசிக்க வேண்டும். அந்த நாளில் ஆவியானவர் வெளிப்படுத்தின வார்த்தையை இருதயத்தில் பதித்துக் கொள்ள வேண்டும். பல நேரங்களில் அந்த நாளுக்கான வழிநடத்துதலான வார்த்தையாக இருக்கும். எச்சரிப்பான வார்த்தையை அலட்சியம் செய்யாமல், உடனடியாக கீழ்ப்படிந்து எந்த பாவம் ஆண்டவர் உணர்த்தினாலும், அந்தரங்க சிந்தையானாலும் கடிந்து அப்புறப்படுத்தி விட வேண்டும்.

தேவ உறவில் நிலைத்திருந்து அவர் வார்த்தையினால் தினமும் நடத்தப்படும் அனுபவமே ஜீவனுக்கு நேராக போகும் பாதை. என்றாவது தவறு செய்து விட்டால் 1 யோவான்1:9ன் படி உடனடியாக அவரிடம் பாவ அறிக்கையினை மனத்தாழ்மையுடன் அறிக்கை செய்தால் உடனே அவர் மன்னித்து விடுவார். அவருடன் உறவினை தினமும் சரியாக வைத்துக் கொள்வதில் நமது பங்கு மிக மிக முக்கியம்.

நம் பிள்ளைகளுக்கு வார்த்தையை மனப்பாடம் பண்ண பழக்க வேண்டும்.

கர்த்தர் அவரது இரத்தத்தினால் கழுவியிருக்கிறார் என்கிற விசுவாசத்தை பெற்றுக்கொண்ட நாம் முடிவு பரியந்தம் அதில் உறுதியாய் நிலைத்திருக்க வேண்டும். விசுவாசமும் அவர் தந்திருக்கிறார். வழுவாது நடக்கும் கிருபையையும் அவர் தந்திருக்கிறார். பரிசுத்தத்தை வாழ்நாள் முழுவதும் காத்து கொள்ள வேண்டும். அவரில் நிலைத்திருக்க வேண்டும்.

1 பேதுரு 5: 8 ,9ன் படி உங்கள் எதிராளியாகிய பிசாசனவன் கெர்ச்சிக்கிற சிங்கம் போல் எவனை விழுங்கலாமோ? என்று வகை தேடி தினமும் சுற்றி திரிவதால் விசுவாசத்தில் உறுதியாய் இருந்து அவனுக்கு எதிர்த்து நிற்க வேண்டும்.

வேத புத்தகம் ஓர் அறிமுகம்

சத்துருவின் போராட்டங்களை எதிர்த்து நிற்க எபேசியர் 6:14 முதல்18 வரை உள்ள போராயுதங்களை நாம் தரித்திருக்க வேண்டும்

லூக்கா10:19 சர்ப்பங்களையும் தேள்களையும் மிதிக்கவும், சத்துருவின் சகல வல்லமைகளையும் மேற்கொள்ளவும், நமக்கு அதிகாரம் கொடுத்திருக்கிறார்.

உலகம் மாமிசம் பிசாசை ஜெயித்த இயேசு கிறிஸ்து நமக்குள் இருக்கிறார்.

உலகத்தில் உங்களுக்கு உபத்திரவம் உண்டு ஆனாலும் திடன் கொள்ளுங்கள் நான் உலகத்தை ஜெயித்தேன் யோவான்16:33

நம் ஜீவனுள்ள நாள் எல்லாம் நன்மையும் கிருபையும் நம்மைத் தொடரும் சங்கீதம் 23:6

அவர் வார்த்தையை தினமும் தியானிக்கிற நாம் நீருற்று அருகே உள்ள பசுமையான மரம் போல் கனியுள்ள ஆசிர்வாதம் உள்ளவர்களாய் இருப்பது உறுதி.

வசனத்தை தியானிக்கிற படியினால் நாம் செய்கிற காரியம் யாவும் வாய்க்கும் சங்கீதம்1:2,3

வானத்தையும் பூமியையும் படைத்த கர்த்தரால் நாம் ஆசிர்வதிக்கப்பட்டவர்கள் சங்கீதம்115:15

அவர் நமக்கு சொன்ன எல்லா வாக்குத்தத்தங்களும் நிச்சயம் நம் வாழ்வில் நடக்கும். 2 கொரிந்தியர் 1:20.

தேவன் ஒருவரே தேவனுக்கும் மனுஷருக்கும் மத்தியஸ்தரும் ஒருவரே. 1 தீமோத்தேயு 2:5

கர்த்தரைக் கண்டடையத்தக்க சமயத்தில் அவரைத் தேடுங்கள்; அவர் சமீபமாயிருக்கையில் அவரை நோக்கிக் கூப்பிடுங்கள்.ஏசாயா 55:6

சீர்திருத்தவாதிகளை ரோமின் போதனைகளிலிருந்து வேறுபடுத்திய சீர்திருத்தத்தின் ஐந்து சோலாக்கள், சோலா ஸ்கிரிப்டுரா (வேதம் மட்டும்), சோலஸ் கிறிஸ்டஸ் (கிறிஸ்து மட்டும்), சோலா ஃபைட் (விசுவாசம் மட்டும்), சோலா கிரேஷியா (கிருபை மட்டும்) மற்றும்

சோலி டியோ குளோரியா ஆகியவை அடங்கும். (கடவுளுக்கு மட்டுமே மகிமை).

The five solas of the Reformation, which distinguished the Reformers from the teachings of Rome, include sola scriptura (Scripture alone), solus Christus (Christ alone), sola fide (faith alone), sola gratia (grace alone), and soli Deo gloria (glory to God alone). Sola scriptura is the belief that because Scripture is God's inspired Word, it is the only inerrant, sufficient, and final authority for the church. Solus Christus is the assertion that Christ alone is the basis on which the ungodly are justified in God's sight. Sola fide maintains that the believer receives the redemption Christ has accomplished only through faith. Sola gratia proclaims that all of our salvation, from beginning to end, is by grace and grace alone. Because of these things, the Reformers held fast to the phrase soli Deo gloria, that only God receives glory for our salvation.

சோலா ஸ்கிரிப்டுரா என்பது வேதம் கடவுளின் ஏவப்பட்ட வார்த்தையாக இருப்பதால், அது தேவாலயத்திற்கு ஒரே தவறாக இருக்க இயலாத, போதுமான மற்றும் இறுதி அதிகாரம் (தேவாலயத்தின் மேல்)

நிகழ்வுகளும் காலங்களும்

நிகழ்வு	தேதி
உருவாக்கம் (Creation)	4004 கி.மு
வெள்ளம்	2348 கி.மு
பாபேல் கோபுரம்	2246 கி.மு
ஆபிரகாம்	1996 கி.மு
யோசேப்பு	1745 கி.மு
மோசே மற்றும் யாத்திராகமம்	1491 கி.மு
தாவீது	1085 கி.மு
முடியாட்சி பிரிக்கிறது	975 கி.மு
அசீரிய போர் இஸ்ரேலின் அழிவு	722 கி.மு
யூதாவின் பாபிலோனிய சிறைப்பிடிப்பு	586 கி.மு
இயேசு	4 கி.மு

DATE	EVENT	SCRIPTURE	AGE OF EARTH
4004 BC	Creation	Gen. 1:1–31	0
3874 BC	Seth born when Adam was 130	Gen. 5:3	130 yrs.
3769 BC	Enos born when Seth was 105	Gen. 5:6	235 yrs.
3679 BC	Cainan born when Enos was 90	Gen. 5:9	325 yrs.
3609 BC	Mahalaleel born when Cainan was 70	Gen. 5:12	395 yrs.
3544 BC	Jared born when Mahalaleel was 65	Gen. 5:15	460 yrs.
3382 BC	Enoch born when Jared was 162	Gen. 5:18	622 yrs.
3317 BC	Methuselah born when Enoch was 65	Gen. 5:21	687 yrs.
3130 BC	Lamech born when Methuselah was 187	Gen. 5:25	874 yrs.
2948 BC	Noah born when Lamech was 182	Gen. 5:28	1,056 yrs.
2446 BC	Shem born when Noah was 502	Gen. 11:10	1,558 yrs.
2348 BC	Flood when Noah was 600	Gen. 7:6	1,656 yrs.
2346 BC	Arphaxad born when Shem was 100	Gen. 11:10	1,658 yrs.
2311 BC	Salah born when Arphad was 35	Gen. 11:12	1,693 yrs.
2281 BC	Eber born when Salah was 30	Gen. 11:14	1,723 yrs.
2246 BC	Peleg born when Eber was 34	Gen. 11:16	1,758 yrs.
2217 BC	Reu born when Peleg was 30	Gen. 11:18	1,787 yrs.
2185 BC	Serug born when Reu was 32	Gen. 11:20	1,819 yrs.
2155 BC	Nahor born when Serug was 30	Gen. 11:22	1,849 yrs.
2126 BC	Terah born when Nahor was 29	Gen. 11:24	1,878 yrs.
1996 BC	Abraham born when Terah was 130	Gen. 11:32; 12:4	2,008 yrs.
1921 BC	Abraham enters Canaan at 75	Gen. 12:4	2,083 yrs.

வேத புத்தகம் ஓர் அறிமுகம்

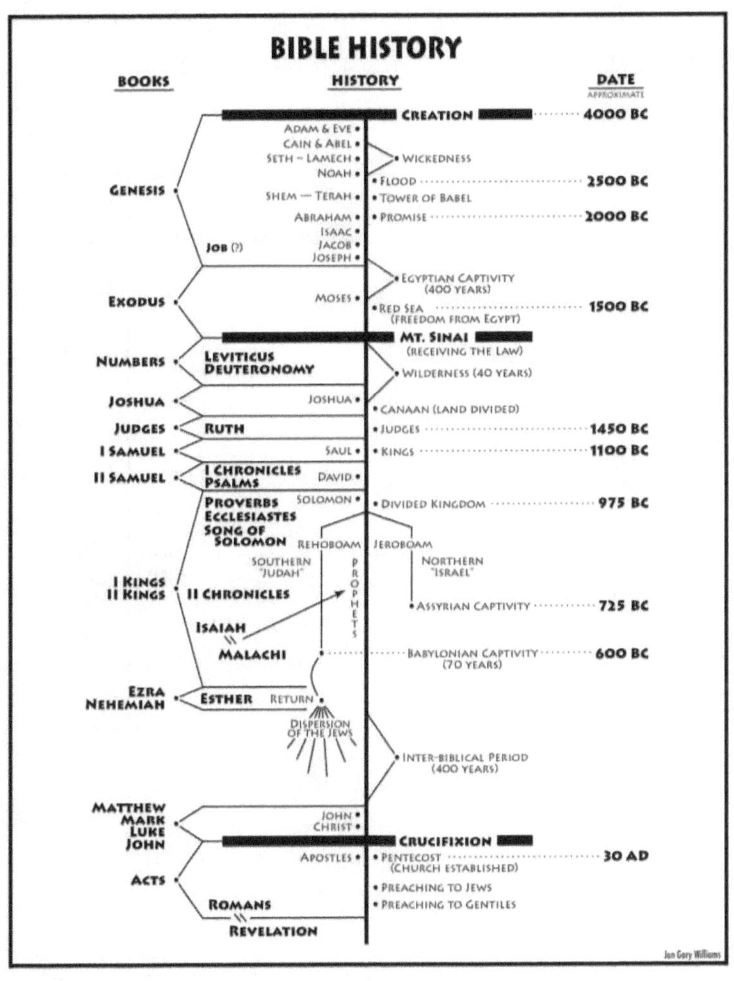

தீர்க்கதரிசிகளும் எந்த எந்த இராஜா காலத்தில் தீர்க்கதரிசனம் உரைத்தனர் என்கிற விவரங்களும்

தீர்க்கதரிசி	யாருக்கு தீர்க்கதரிசனம் கூறினார்	ஆட்சி செய்த மன்னர்கள்	தோராய மான தேதி	தீர்க்கதரிசியின் பிறந்த இடம்
எலியா	இஸ்ரவேலுக்கு	ஆகாப், அகசியா, யோராம்	870 - 845	திஸ்பே
எலிசா	இஸ்ரவேலுக்கு	யோராம், யெகூ, யோவாகாஸ்	845 - 800	ஆபேல்-மேகொலா
ஏசாயா	யூதாவுக்கு	உசியா, யோதாம், ஆகாஸ், எசேக்கியா, மனாசே	760 - 673	எருசலேம்

எரேமியா	யூதாவுக்கு	மனாசே, ஆமோன், யோசியா, யோராம், யோயாக்கீம், யோயாக்கீன், சிதேக்கியா,	650 - 582	ஆனதோத்
எசேக்கியேல்	பாபிலோனுக்கு நாடுகடத்தப்பட்டவர்களுக்கு	யோசியா, யோராம், யோயாக்கீம், யோயாக்கீன், சிதேக்கியா, பாபிலோனுக்கு நாடுகடத்தப்படுதல்	620 - 570	எருசலேம்
தானியேல்	பாபிலோனுக்கு நாடுகடத்தப்பட்டவர்களுக்கு	யோசியா, யோராம், யோயாக்கீம், யோயாக்கீன், சிதேக்கியா, பாபிலோனுக்கு நாடுகடத்தப்படுதல்	620 - 540	யூதா (எருசலேம்)?
ஓசியா	இஸ்ரவேலுக்கு	யெரொபெயாம் II, சகரியா, சல்லூம், மெனாகேம், பெக்காகியா,	758 - 725	இஸ்ரவேல்

		பெக்கா, ஓசெயா		
யோவேல்	யூதாவுக்கு	எஸ்றா	450	எருசலேம்
ஆமோஸ்	இஸ்ரவேலுக்கு	யெரொபெயாம் II,	765 - 754	தெக்கோவா **
ஒபதியா	ஏதோம்வுக்கு	சிதேக்கியா,	590	எருசலேம்
யோனா	நினிவேவுக்கு	யெரொபெயாம் II,	781	கித்தா- ஏபேரை**
மீகா	யூதாவுக்கு	யோதாம், ஆகாஸ், எசேக்கியா, மனாசே	738 - 698	மோர்ஷேக் காத்
நாகூம்	நினிவே	மனாசே, ஆமோன், யோசியா,	658 - 615	எல்கோஸ்
ஆபகூக்	யூதாவுக்கு	யோயாக்கீம், யோயாக்கீன்,	608 - 598	தெரியவில்லை
செப்பனியா	யூதாவுக்கு	ஆமோன், யோசியா,	640 - 626	தெரியவில்லை
ஆகாய்	யூதாவுக்கு	செருபாபேல்	520	எருசலேம்

சகரியா	யூதாவுக்கு	செருபாபேல்	522 - 509	எருசலேம்
மல்கியா	யூதாவுக்கு	செருபாபேல்	465	எருசலேம்

* தீர்க்கதரிசிகள் பைபிளில் காணப்படும் வரிசையில் பட்டியலிடப்பட்டுள்ளனர்.

**சரியான இடம் தெரியவில்லை.

கிமு 4004 முதல் கிபி 33 வரை இயேசு கிறிஸ்துவைப் பற்றிய தீர்க்கதரிசனங்கள் மற்றும் அதனுடைய நிறைவேற்றம் குறுகிய பட்டியல்

இயேசுவைப் பற்றிய தீர்க்கதரிசனங்கள்	பழைய ஏற்பாடு தீர்க்கதரிசனம்	புதிய ஏற்பாட்டின் நிறைவேற்றம் / பூர்த்தி
ஆபிரகாமின் வித்து	ஆதியாகமம் 12:3	மத்தேயு 1:1
ஒரு பெண்ணின் வித்து	ஆதியாகமம் 3:15	கலாத்தியர் 4:4
ஈசாக்கின் வித்து	ஆதியாகமம் 17:19	லூக்கா 3:34
யாக்கோபின் வித்து	எண்ணாகமம் 24:17	மத்தேயு 1:2
யூதா கோத்திரம்	ஆதியாகமம் 49:10	மத்தேயு 1:2
தாவீதின் சிம்மாசனத்தின் வாரிசு	ஏசாயா 9:7	லூக்கா 1:32-33
பெத்லகேமில் பிறந்தார்	மீகா 5:2	லூக்கா 2:4-6
அவர் பிறந்த நேரம்	தானியேல் 9:25	லூக்கா 2:1-2
கன்னிப் பெண்ணில் பிறந்தவர்	ஏசாயா 7:14	லூக்கா 1:26-31

குற்றமற்ற அப்பாவியின் படுகொலை	எரேமியா 31:15	மத்தேயு 2:16-18
எகிப்துக்கு தப்பி போகிறது	ஓசியா 11:1	மத்தேயு 2: 14-15
முன்னோடி [முன்பாகப் போய் வழியை ஆயத்தம்பண்ணுவான்]	மல்கியா 3:1	லூக்கா 7:24, 27
கடவுளின் மகன் என்று அறிவித்தார்	சங்கீதம் 2:7	மத்தேயு 3:17
கலிலேய ஊழியம்	ஏசாயா 9:1-2	மத்தேயு 4: 13-16
ஒரு தீர்க்கதரிசி	உபாகமம் 18:15	அப்போஸ்தலர் 3:20 -22
உடைந்த இதயம் கொண்டவர்களை குணப்படுத்த	ஏசாயா 61:1-2	லூக்கா 4:18-19
தனது சொந்த மக்களால் நிராகரிக்கப்பட்டார் (யூதர்கள்)	ஏசாயா 53:3	யோவான் 1:11
மெல்கிசேதேக்கின் முறைமையின் படி பிரதான ஆசாரியராய்	சங்கீதம் 110:4	எபிரேயர் 5:5-6
எருசலேம்	சகரியா 9:9	மாற்கு 11:7-9

நகருக்குள் வெற்றிப் பிரவேசம்		
ஒரு நண்பரால் காட்டிக் கொடுக்கப்பட்டார்	சங்கீதம் 41:9	லூக்கா 22:47-48
முப்பது வெள்ளிக்காசைக்கு விற்கப்பட்டது	சகரியா 11:12	மத்தேயு 26:15
குற்றச்சாட்டுகளுக்கு அமைதி	ஏசாயா 53:7	மாற்கு 15:4-5
பொய் சாட்சிகளால் குற்றம் சாட்டப்பட்டது	சங்கீதம் 35:11	மாற்கு 14:55-64
எச்சில் துப்பியது மற்றும் அடித்தது	ஏசாயா 50:6	மத்தேயு 26:67
காரணம் இல்லாமல் வெறுக்கப்பட்டது	சங்கீதம் 35:19	யோவான் 15:24-25
மாற்று தியாகம் / பிராயச்சித்தம்	ஏசாயா 53:5	ரோமர் 5:6-8
சிலுவையில் குற்றவாளிகள் உடன் அறையப்பட்டது	ஏசாயா 53:12	மாற்கு 15:27-28

கைகள் மற்றும் கால்களால் துளைக்கப்பட்டது	சகரியா 12:10	யோவான் 20:27
தூற்றினார்கள் மற்றும் ஏளனம் செய்தார்கள்	சங்கீதம் 22:7-8	லூக்கா 23:35
கசப்புக்கலந்த காடியை அவருக்குக் குடிக்கக் கொடுத்தார்கள்	சங்கீதம் 69:21	மத்தேயு 27:34
அவரது எதிரிகளுக்காக பிரார்த்தனை செய்தார்	சங்கீதம் 109:2-5	லூக்கா 23:34
அவர்கள் சீட்டுப்போட்டு அவருடைய வஸ்திரங்களைப் பங்கிட்டுக்கொண்டார்கள்	சங்கீதம் 22:17-18	மத்தேயு 27:35-36
எலும்புகள் உடைக்கப்படவில்லை	சங்கீதம் 34:20	யோவான் 19:32-36
அவரது பக்கவாட்டில் துளைக்கப்பட்டது	சகரியா 12:10	யோவான் 19:34
பணக்காரர்களுடன் அடக்கம்	ஏசாயா 53:9	மத்தேயு 27:57-60

உயிர்த்தெழுப்ப ப்பட வேண்டும்	சங்கீதம் 16:10, 49:15	மாற்கு 16:6-7
அவரது மரண அறிவிப்பு	தானியேல் 9:24	மத்தேயு 27:46
வலது புறத்தில் உள்ள தந்தை எலோஹிமிற்கு அவர் ஏறுதல்	சங்கீதம் 68:18	மாற்கு 16:19; 1 கொரி.15:4; எபேசியர் 4:8

ஆதாம் முதல் இயேசு கிறிஸ்து *வரை* உள்ள வம்ச வரலாறுகள் (Genealogy of Jesus)

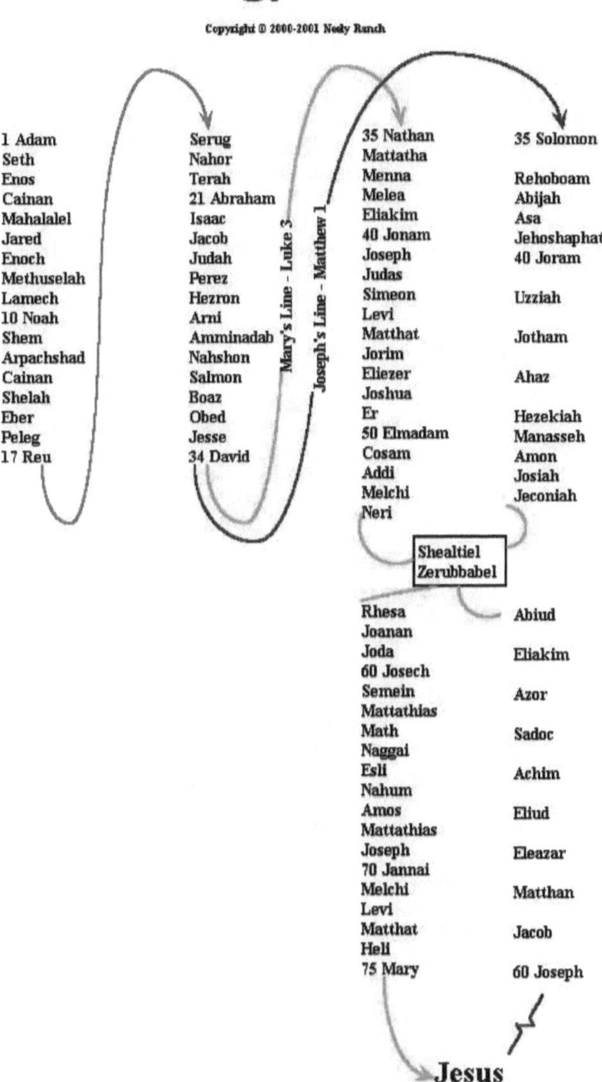

Concise Time Line of the Bible

[with books of the Bible in parentheses]

c. 2000-1900 BC

God calls and promises **Abraham** that he would be the father of many nations. Other patriarchs are **Isaac** and **Jacob**. Jacob has twelve sons--**Joseph** being the most famous-- who become the heads of the **twelve tribes of Israel**. [*Genesis*]

c. 1900-1500 BC

The Hebrews--Jacob and his descendants--are enslaved for 400 years in Egypt. God raises up **Moses** and his brother Aaron to lead them out of **slavery and Egypt** to receive the promise given to Abraham by God. [*Exodus*]

c. 1450-1400 BC

The Israelites receive the law including the **10 commandments** from God at Mt. Sinai. They wander in the **desert** for 40 years on their way to the promised land, complaining to Moses and God. [*Exodus, Numbers, Leviticus, Deuteronomy*]

c. 1400 -1050 BC

After Moses dies, **Joshua** leads the Israelites into Canaan and begins conquering the land, establishing a sovereign country of Israel for the first time in history. For several centuries Israel is led by **Judges** but believe God to be their king. [*Joshua, Judges, Ruth*]

c. 1050 - 926 BC

The people yearn for an earthly king. A united Israel is ruled by the three great monarchs: **Saul**, **David**, and **Solomon**. David is known for his poetry and Solomon for his wisdom. Under David and Solomon the first **temple** is built in Jerusalem. [*1&2 Samuel, 1 Kings, 1&2 Chronicles*]

c. 926 - 586 BC

Shortly after the reign of Solomon, Israel becomes a divided kingdom. The southern kingdom, called **Judah**, includes the city of Jerusalem and the Temple. The northern kingdom continued to be called **Israel**. The two often war with each other. [*1&2 Kings, 2 Chronicles, Major & Minor Prophets, Wisdom Lit.*]

722 BC

The **Assyrian Empire** conquers the northern kingdom of **Israel**, dispersing its people who are later called **Samaritans** because of their former capital, Samaria. [*2 Kings, 2 Chronicles*]

586 BC

The **Babylonian Empire**, ruled by King Nebuchadnezzar conquers the southern kingdom of **Judah**, destroying Jerusalem and the Temple. The inhabitants of Judah (*Jews*) go into exile for 70 years. [*2 Kings, 2 Chronicles*]

538 - 516 BC

The **Persian** emperor permits the Jews to return to Judah, as a dependent nation. In Jerusalem, a **second temple** is built and dedicated. [*Nehemiah, Ezra, Esther, Last Three Minor Prophets*]

333 - 164 BC

The Greeks, under the leadership of **Alexander the Great**, defeat Persian armies in Macedonia in 333 BC, and hence the Greeks rule over the land of Israel. [*Apocrypha*]

164 BC to 63 BC

The **Maccabees**, a group that fought for Jewish independence, stage a revolt against the Greeks and establish an independent Israel ruled by the Hasmonean dynasty. [*Apocrypha*]

63 BC

The **Romans** conquer the land of Israel

c. 4 BC

Jesus is born in the town of Bethlehem. **Herod the Great** rules **Judea** (a Latinized form of Judah). [*Gospels*]

c. 25 -28 AD

Jesus begins His ministry. He is falsely accused and tried before the Roman authorities, **Pontius Pilate** and Herod Antipas. He is crucified but rises again after three days. [*Gospels*]

c. 28 AD

The **Church** led by **Peter** grows quickly especially among Jews and Samaritans. [*Acts, Epistles: James, 1&2 Peter, 1,2,3 John, Jude*]

c. 35-68 AD

Paul, a zealous Jew who persecutes Christians, is converted and becomes the foremost evangelist to the **Gentiles**. He is martyred in Rome. [*Paul's 13 Epistles*]

70 AD

Romans destroy Jerusalem and Temple.

c. 110 AD

The Bible is completed. [*Revelation*]

இஸ்ரவேல்,யூதா தேசங்களை ஆளுசாண்ட இராஜாக்களின் விவரங்கள்

Cross References

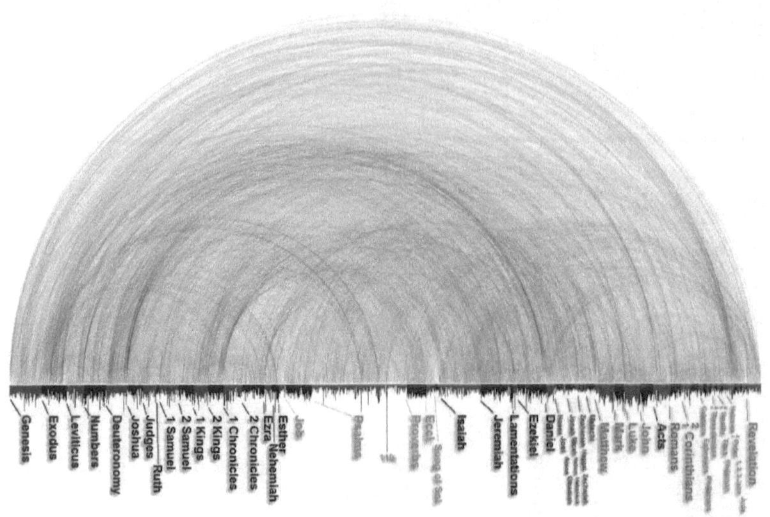

Bible cross reference visualization. Every arc is where a verse is cross referenced, every white bar is a chapter. The longer the bar the longer the chapter. You'll spot Psalm 119 in the middle pretty easily.

Cross References

The Plagues and the Gods and Goddesses of Egypt

Plagues	References	Possible Egyptian Gods and Goddesses of Egypt Attacked by the Plagues*
1. Nile turned to blood	Exodus 7:14–25	Hapi (also called Apis), the bull god, god of the Nile; Isis, goddess of the Nile; Khnum, ram god guardian of the Nile; and others
2. Frogs	8:1–15	Heqet, goddess of birth, with a frog head
3. Gnats	8:16–19	Set, god of the desert
4. Flies	8:20–32	Re, a sun god; or the god Uatchit, possibly represented by the fly
5. Death of livestock	9:1–7	Hathor, goddess with the cow head; Apis, the bull god, symbol of fertility
6. Boils	9:8–12	Sekhmet, goddess with power over disease; Sunu, the pestilence god, Isis, goddess of healing
7. Hail	9:13–35	Nut, the sky goddess; Osiris, god of crops and fertility; Set, god of storms
8. Locusts	10:1–20	Nut, the sky goddess; Osiris, god of crops and fertility
9. Darkness	10:21–29	Re, the sun god; Horus, a sun god; Nut, a sky goddess; Hathor, a sky goddess
10. Death of the firstborn	11:1–12:30	Min, god of reproduction; Heqet, goddess who attended women at childbirth; Isis, goddess who protected children; Pharaoh's firstborn son, a god

THE TIMELINE OF THE NEW TESTAMENT

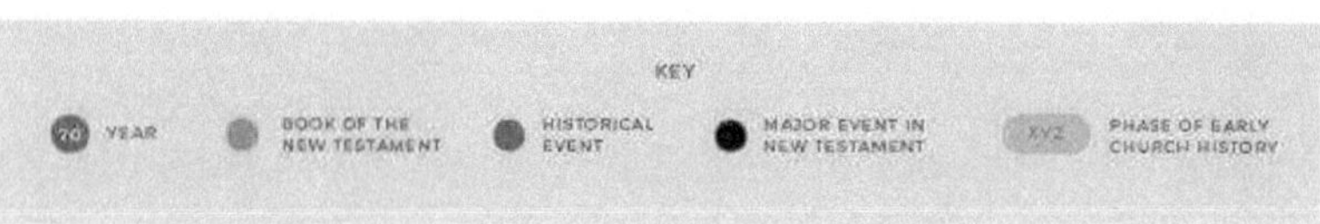

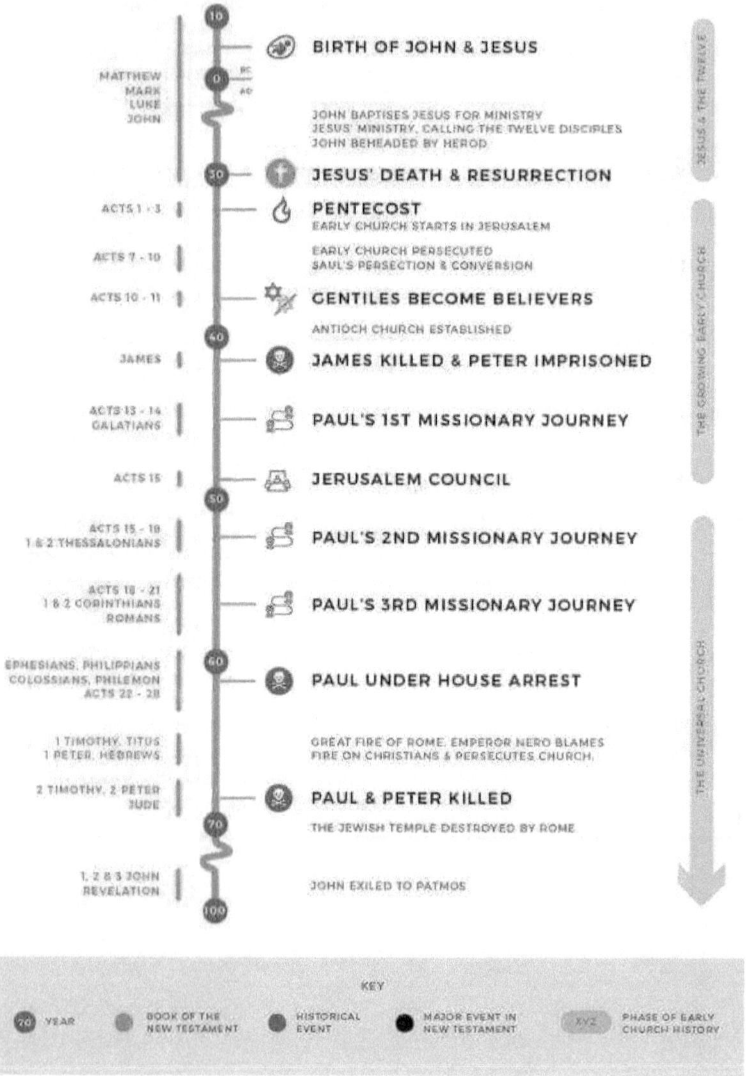

Books Of The Bible

Genesis - Origins
Exodus - Delivery
Leviticus - Approach
Numbers - Wandering
Deuteronomy - Review
Joshua - Conquest
Judges - Failure
Ruth - Redemption
I Samuel - Transition
II Samuel - Dynasty
I Kings - Disruption
II Kings - Captivity
I Chronicles - Promise
II Chronicles - Hope
Ezra - Return
Nehemiah - Rebuilding
Esther - Preservation
Job - Suffering
Psalms - Praise
Proverbs - Wisdom

Ecclesiastes - Human Viewpoint
Song of Solomon - Divine Viewpoint
Isaiah - Condemnation, Salvation
Jeremiah - Impending Judgment
Lamentations - Mourning
Ezekiel - Visions
Daniel - Historical Prophecy
Hosea - Persistent Love
Joel - Day Of The Lord
Amos - Smug Prosperity
Obadiah - Failed Rock
Jonah - AWOL
Micah - Judgment, Blessing
Nahum - Doom
Habakkuk - Frustration
Zephaniah - Deluded People
Haggai - Procrastination
Zechariah - Messianic Prophecy
Malachi - Unrecognized Love

Matthew - Christ Is King
Mark - Christ Is Servant
Luke - Christ Is Man
John - Christ Is God
Acts - Transition
Romans - Salvation
I Corinthians - Carnality
II Corinthians - Heart
Galatians - Independence
Ephesians - Church
Philippians - Inspiration
Colossians - Sufficiency
I Thessalonians - Waiting
II Thessalonians - Sin

I Timothy - Maintaining
II Timothy - Sound Doctrine
Titus - Discernment
Philemon - Runaway Slave
Hebrews - Glories
James - Application Of Wisdom
I Peter - Suffering
II Peter - Reminder
I John - Fellowship
II John - Truth
III John - Patterns
Jude - Example
Revelation - Eschatology

Jesus Christ is in Every Book of the Bible

Old Testament		New Testament	
Genesis	Seed of woman	Matthew	King of the Jews
Exodus	Passover Lamb	Mark	Servant of the Lord
Leviticus	Atoning Sacrifice	Luke	Son of Man
Numbers	Smitten Rock	John	Son of God
Deuteronomy	Faithful Prophet	Acts	Ascended Lord
Joshua	Captain of the Lord's Host	Romans	Believer's Righteousness
Judges	Divine Deliverer	1 Corinthians	Sanctification
Ruth	Kinsman Redeemer	2 Corinthians	Sufficiency
1 Samuel	Anointed One	Galatians	Liberty
2 Samuel	Son of David	Ephesians	Head of the Church
1 & 2 Kings	Coming King	Philippians	The Christian's Joy
1 & 2 Chronicles	Building of the Temple	Colossians	Fullness of Deity
Ezra	Restorer of the Temple	1 Thessalonians	Believer's Comfort
Nehemiah	Restorer of the Nation	2 Thessalonians	Believer's Glory
Esther	Preserver of the Nation	1 Timothy	Christian's Preserver
Job	Living Redeemer	2 Timothy	Christian's Rewarder
Psalms	Praise of Israel	Titus	Blessed Hope
Proverbs	Wisdom of God	Philemon	Substitute
Ecclesiastes	Great Teacher	Hebrews	High Priest
Song of Solomon	Fairest of Ten Thousands	James	Giver of Wisdom
Isaiah	Suffering Servant	1 Peter	Rock
Jeremiah	Maker of the New Covenant	2 Peter	Precious Promise
Lamentations	Man of Sorrows	1 John	Life
Ezekiel	Glory of God	2 John	Truth
Daniel	Coming Messiah	3 John	Way
Hosea	Lover of the Unfaithful	Jude	Advocate
Joel	Hope of Israel	Revelation	King of Kings and Lord of Lords
Amos	Husbandman		
Obadiah	Savior		
Jonah	Resurrected One		
Micah	Ruler in Israel		
Nahum	Avenger		
Habakkuk	Holy God		
Zephaniah	King of Israel		
Haggai	Desire of Nations		
Zechariah	Righteous Branch		
Malachi	Sun of Righteousness		

Daniel: May I stand up for You and Your Word as Daniel did.
Hosea: Give me unconditional love for those people that are hard to love.
Joel: May I rejoice for the great things You have done (chapter 2:21).
Amos: Help me to hate evil, but to love good, and to establish judgment in the gate (chapter 5:15).
Obadiah: Thank you for ruling in justice over all the earth (verse 21).
Jonah: May I not run from the tasks that You have given me.
Micah: Help me to do justly, love mercy, and walk humbly before You (chapter 6:8).
Nahum: Please be my stronghold in the day of distress (chapter 1:7).
Habakkuk: May you be my strength, Yahweh (chapter 3:19).
Zephaniah: Thank You for rejoicing over me with singing. May I rest in Your love (chapter 3:17).
Haggai: Help me to consider my ways (chapter 2:7).
Zechariah: I praise You, Yahweh, for Your holiness (chapter 14:20-21).
Malachi: Teach me to revere your name, Yahweh (chapter 4:2).
Matthew: May I shine my light before men and not hide it under a basket (chapter 5:14-15).
Mark: May my faith make me whole (chapter 5:25-34).
Luke: May I always run back to you, Yahweh (chapter 15:11-32).
John: May I willingly share the Gospel with others (chapter 3:15-17).
Acts: Yahweh, lead me wherever you call.
Romans: May I never be ashamed of the Gospel of Christ (chapter 1:16).
I Corinthians: May I focus on the things of the LORD (chapter 7:34).
II Corinthians: May I stay pure in my friendships with others (chapter 6:14-17).
Galatians: May I have the fruit of the spirit (chapter 5: 22-23).
Ephesians: May I obey my parents and honor them (chapter 6:1-3).
Philippians: May I place things in my mind that are true, honest, just, pure, lovely, of good report, virtue, and praise (chapter 4:8).
Colossians: Help me to speak words of life and treat others lovingly. (chapter 3:8-13)
I Thessalonians: May I pray without ceasing (chapter 5:17) and rejoice evermore (chapter 5:16).
II Thessalonians: May I not be weary in doing what is right (chapter 3:13).
I Timothy: May no man despise my youth (chapter 4:12).
II Timothy: May I finish my course with strength (chapter 4:7).
Titus: May I be a keeper at home (chapter 2:4-6).
Philemon: May the sharing of our faith be effective (verse 6).
Hebrews: Help me to fix my eyes on Jesus, the author and finisher of my faith (12:2).
James: Help me to pray with faith and not doubt (chapter 1:6).
I Peter: Teach me to submit to authority (chapter 2:13-15).
II Peter: Help me to grow in the grace and the knowledge of Your Son (chapter 3:18).
I John: Yahweh, I do not want to love the things of this world (chapter 2:15-17).
II John: May I know the difference between lies of this world and the truth (verses 9-11).
III John: Help me to walk in the truth (verse 4).
Jude: Help me to earnestly contend for the faith (verse 3).
Revelation: Thank You that You open doors that no one can shut (chapter 3:7).

NAMES OF JESUS

RULER OF GOD'S CREATION - HOLY AND RIGHTEOUS ONE

HOLY ONE OF ISRAEL - LIGHT OF THE WORLD

BELOVED SON OF GOD - HEIR OF ALL THINGS

EVERLASTING FATHER - PRINCE OF PEACE

LORD OF LORDS AND KING OF KINGS

RIGHTEOUS ONE - ALPHA & OMEGA

VICTORIOUS ONE - SPIRITUAL ROCK

HOLY SERVANT - ALMIGHTY ONE

SUPREME CREATOR OVER ALL

LORD OF ALL - SON OF MAN

LAST ADAM - IMMANUEL

MESSIAH - MASTER

SAVIOR - I AM

GOD
ROCK
SAVIOR
MESSIAH
IMMANUEL
HOLY · CHILD
MIGHTY · GOD
LORD · OF · ALL
LAMB · OF · GOD
CHRIST · OF · GOD
KING · OF · KINGS
THE · WORD · OF · GOD
ALPHA · AND · OMEGA
PRINCE · OF · PEACE
LIGHT · OF · THE · WORLD
HEAD · OF · THE · CHURCH
SON · OF · THE · HIGHEST
EVERLASTING · FATHER
RESURRECTION · AND · LIFE
JESUS

The Names of God

Jehovah Elohim	❖	The Eternal Creator Genesis 2:4-25
Jehovah Adonai	❖	The Lord Our Sovereign Genesis 15:2,8
Jehovah Jireh	❖	The Lord Will Provide Genesis 22:8-14
Jehovah Nissi	❖	The Lord Our Banner Exodus 17:15
Jehovah Rophè	❖	The Lord Our Healer Exodus 15:26
Jehovah Shalom	❖	The Lord Our Peace Judges 6:24
Jehovah Tsidkeenu	❖	The Lord Our Righteousness Jeremiah 23:6; 33:16
Jehovah Mekaddishkem	❖	The Lord Our Sanctifier Exodus 31:13; Leviticus 20:8, 21:8
Jehovah Saboath	❖	The Lord of Hosts 1 Samuel 1:3
Jehovah Shammah	❖	The Lord is Present Ezekiel 48:35
Jehovah Elyon	❖	The Lord Most High Psalms 7:17; 47:2; 97:9
Jehovah Rohi	❖	The Lord My Shepherd Psalms 23:1
Jehovah Hoseenu	❖	The Lord Our Maker Psalms 95:6
Jehovah Eloheenu	❖	The Lord Our God Psalms 99:5, 8, 9
Jehovah Elokehu	❖	The Lord Thy God Exodus 20:2, 5, 7
Jehovah Elohay	❖	The Lord My God Zechariah 14:5